प्लंबर मराठी MCQ

मनोज डोळे

Copyright © Manoj Dole
All Rights Reserved.

This book has been published with all efforts taken to make the material error-free after the consent of the author. However, the author and the publisher do not assume and hereby disclaim any liability to any party for any loss, damage, or disruption caused by errors or omissions, whether such errors or omissions result from negligence, accident, or any other cause.

While every effort has been made to avoid any mistake or omission, this publication is being sold on the condition and understanding that neither the author nor the publishers or printers would be liable in any manner to any person by reason of any mistake or omission in this publication or for any action taken or omitted to be taken or advice rendered or accepted on the basis of this work. For any defect in printing or binding the publishers will be liable only to replace the defective copy by another copy of this work then available.

डिजिटायझेशन ही काळाची गरज आहे. भविष्यात, प्रशिक्षण अधिक सोयीस्कर आणि सोपे करण्यासाठी औद्योगिक प्रशिक्षण संस्थांमध्ये ऑनलाइन इंटरनेट वापरून प्रशिक्षण घेणे आवश्यक आहे. MCQ प्रश्नांचा संच असलेली ई-पुस्तके प्रशिक्षणार्थींना उपलब्ध करून दिली जातील कारण त्यांना त्यांच्या औद्योगिक प्रशिक्षण संस्थांमध्ये होणाऱ्या ऑनलाइन परीक्षांच्या तयारीसाठी MCQ प्रश्नांची अधिक सवय होणे आवश्यक आहे.

या सर्व बाबी लक्षात घेऊन श्री.मनोज मधुकर डोळे प्रशिक्षक, औद्योगिक प्रशिक्षण संस्था, सातारा यांनी नवीन वार्षिक प्रणाली आणि NSQF-5 अभ्यासक्रमानुसार पुस्तके लिहिली आहेत. आणि त्यांनी प्रशिक्षण सुलभ करण्यासाठी सैद्धांतिक मोबाइल ॲप्स आणि ब्लॉग तयार केले आहेत आणि हे सर्व शैक्षणिक साहित्य जगप्रसिद्ध Google Play Store, Amazon आणि Apple Book Store वर डाउनलोड करण्यासाठी उपलब्ध केले आहे.

पुस्तकांचे प्रकाशन माननीय सहसंचालक श्री राजेंद्र घुमे साहेब प्रादेशिक व्यावसायिक शिक्षण व प्रशिक्षण कार्यालय, पुणे यांच्या हस्ते दिनांक 9/1/2019 रोजी करण्यात आले, यावेळी श्री प्रकाश सायगावकर साहेब प्राचार्य शासकीय औद्योगिक प्रशिक्षण संस्था औंध पुणे, श्री तुकाराम मिसाळ साहेब प्राचार्य डॉ. सरकार प्र.संस्था सातारा, श्री सचिन धुमाळ साहेब जिल्हा व्यवसाय शिक्षण व प्रशिक्षण अधिकारी सातारा, श्री यतीन पारगावकर साहेब मुख्याध्यापक गो. प्र.संस्था कोल्हापूर, श्री विकास टेके साहेब निरीक्षक व्यावसायिक शिक्षण व प्रशिक्षण क्षेत्रीय कार्यालय पुणे, पालेकर फूड्स प्रॉडक्ट्स प्रा. लि.चे सातारा येथील उद्योजक अध्यक्ष श्री.नीळकंठराव पालेकर साहेब, हिरा फूड्स चे चेअरमन श्री.इब्राहिम बाबा तांबोळी साहेब, सौ.शाल्मली पवार मुख्याध्यापिका शासकीय तंत्रनिकेतन केंद्र सातारा व इतर मान्यवर यावेळी उपस्थित होते.

अनुक्रमणिका

प्रस्तावना

प्लंबर MCQ हे ITI आणि अभियांत्रिकी अभ्यासक्रम प्लंबर, सुधारित NSQF अभ्यासक्रमासाठी एक साधे पुस्तक आहे , त्यात अधोरेखित आणि ठळक अचूक उत्तरांसह MCQ सर्व विषयांचा समावेश आहे ज्यात सुरुवातीला मूलभूत फिटिंगबद्दल सर्व नवीनतम आणि महत्त्वाचे आणि उमेदवाराने प्रशिक्षण दिले आहे. संबंधित व्यवसाय उदा., सुतार, वेल्डिंग (गॅस आणि आर्क), दगडी बांधकाम ज्यामुळे बहु-कौशल्य निर्माण होते. मूलभूत फिटिंगमध्ये मार्किंग, सॉइंग, चिपिंग, फाइलिंग, मापन, सोल्डरिंग, ब्रेझिंग, ड्रिलिंग, ग्राइंडिंग आणि सर्व सुरक्षा बाबींचे निरीक्षण करणे ही कौशल्ये दिली जातात. प्राप्त केलेली अचूकता ±0.25 मिमी आहे. सुरक्षेच्या बाबींमध्ये OSH&E, PPE, अग्निशामक यंत्र, प्रथमोपचार इत्यादी घटकांचा समावेश आहे. वेगवेगळ्या कोनातून पाईप्स कापणे. गॅस वेल्डिंगद्वारे वेगवेगळ्या व्यासाचे आणि कोनांचे पाईप जोडणे, वेगवेगळ्या प्रकारच्या थ्रेड कटिंग

पाईप्स आणि फिटिंगचे सामान. विटांची भिंत आणि आरसीसी कास्टिंग तयार करणे. पाईप लाईन लपवण्यासाठी वीट भिंत कापणे . पाईप्स वाकवणे, पाणी वितरणासाठी पाईप लाईन सर्किट बनवणे, कॉक्स आणि व्हॉल्व्ह निश्चित करणे, पाण्याचे विश्लेषण चाचणी, पाण्याचा दाब चाचणी या गोष्टी शिकवल्या जातात. ह्युमड एस्बेस्टोस पाइपलाइनचे संरेखन आणि टाकणे आणि ड्रेनेज पाइप लाइनची देखभाल. इलेक्ट्रिक पंप बसवणे आणि देखभाल करणे, तपासणी चेंबर, मॅनहोल, गटर, सेप्टिक टाकी, सॉकेट इत्यादीचे बांधकाम. ड्रेनेज पाईपची चाचणी, लिकेज पाईप लाईन काढून टाकणे, व्हॉल्व्ह आणि कॉकची स्थापना, फिक्सिंग आणि देखभाल, वॉटर मीटर, फिक्स्चर, हॉट आणि कोल्ड वॉटर पाईप लाईन, कचऱ्याच्या पाईप लाईनची दुरुस्ती व पुर्नकंडिशनिंग, दुरुस्त करणे आणि रिकंडिशनिंग, सॅनिटरी फिटिंग्जचे स्क्रॅपिंग आणि पेंटिंग आणि बरेच काही.

आम्ही प्रत्येक नवीन आवृत्तीसह नवीन प्रश्नांची उत्तरे जोडतो. कृपया काही त्रुटी/वगळल्यास आम्हाला ईमेल करा. सर्व अभियांत्रिकी बहुपर्यायी प्रश्न आणि उत्तरांसाठी हे निर्विवादपणे सर्वात मोठे आणि सर्वोत्तम पुस्तक आहे.

विद्यार्थी म्हणून तुम्ही ते तुमच्या परीक्षेच्या तयारीसाठी वापरू शकता. हे पुस्तक प्राध्यापकांना साहित्य रीफ्रेश करण्यासाठी देखील उपयुक्त आहे.

ऋणनिर्देश, पावती

21 व्या शतकातील औद्योगिक क्षेत्रातील वेगाने वाढणाऱ्या मागणीच्या अनुषंगाने बहु-कुशल कारागीरांचा पुरवठा करण्यासाठी व्यवसाय शिक्षण आणि व्यवसाय प्रॅक्टिकल विभागामार्फत व्यावसायिक शिक्षण आणि प्रशिक्षण विभागामार्फत व्यावसायिक शिक्षण आणि प्रशिक्षण दिले जाते. संस्थांमधील सर्व व्यवसाय महत्त्वाचे आहेत, कारण या व्यवसायांतील प्रशिक्षणार्थी उद्योगाच्या मागणीनुसार बहु-कौशल्ये विकसित करतात.

औद्योगिक क्षेत्रातील सर्व उद्योगांमधील सर्व परीक्षा ऑनलाइन घेतल्या जातात आणि त्यामध्ये MCQ पद्धतीच्या प्रश्नांचा समावेश होतो हे लक्षात घेऊन सर्व व्यवसायांसाठी योग्य MCQ ई-पुस्तके उपलब्ध करून देण्याच्या उदात्त हेतूने. श्री.मनोज मधुकर डोळे यांनी नवीन वार्षिक अभ्यासक्रमानुसार MCQ पद्धतीवर खूप चांगले ई-बुक लिहिले आहे. हे ई-बुक सर्व प्रशिक्षणार्थी, प्रशिक्षणार्थी उमेदवार, प्रशिक्षण प्रशिक्षक आणि संबंधित इतरांसाठी निश्चितच मार्गदर्शक ठरेल.

पुस्तकाचे लेखक श्री.मनोज मधुकर डोळे आहेत, इन्स्ट्रक्टर गव्हर्नमेंट ITI सातारा यांना 17 वर्षांचा प्रशिक्षणाचा अनुभव आहे. नवीन वार्षिक पॅटर्न म्हणून लिहिलेल्या, या ई-बुकमध्ये प्रत्येक विषयासाठी मांडणी, सोपी भाषा आणि सोपी वाक्यरचना, आकृती आणि व्हिडिओ समजून घेण्यासाठी आधुनिक डिजिटल QR कोड तंत्रज्ञान समाविष्ट केले आहे. त्यामुळे सखोल अभ्यास आणि परीक्षेच्या सरावासाठी हे ई-बुक नक्कीच उपयोगी पडेल याची मला खात्री आहे. त्यांनी केलेले काम नक्कीच कौतुकास्पद आहे.

श्री तुकाराम मिसाळ

प्राचार्य शासकीय औद्योगिक प्रशिक्षण संस्था सातारा.

नांदी, प्रस्तावना

DGET नवी दिल्ली आणि CSTARI कोलकाता ऑगस्ट 2018 च्या सत्रापासून ITI मधील सर्व व्यवसायांसाठी वार्षिक पॅटर्न लागू करत आहेत. परीक्षा पद्धतीतही बदल करण्यात येणार असून या वर्षीपासून ती ऑनलाइन होणार असून सर्व प्रश्न वस्तुनिष्ठ स्वरूपाचे (MCQ) असल्याने प्रशिक्षणार्थींना सखोल अभ्यासाची नितांत गरज आहे. हे लक्षात घेऊन जुन्या NIMI पॅटर्नवर आधारित पुस्तके आणि नवीन वार्षिक पॅटर्नचे संपूर्ण विहंगावलोकन सादर करताना आम्हाला आनंद होत आहे आणि आम्हाला आशा आहे की ही पुस्तके सर्व व्यवसाय संचालक आणि प्रशिक्षणार्थींसाठी मार्गदर्शक ठरतील. आहे.

ही पुस्तके लिहिल्याबद्दल जोहर आवटे साहेब, ITI अकलूजचे प्राचार्य. ITI सातारा चे माजी प्राचार्य सायगावकर साहेब, सहाय्यक संचालक श्री चंद्रकांत ढेकणे साहेब व्यवसाय शिक्षण व प्रशिक्षण प्रादेशिक कार्यालय, पुणे, जिल्हा व्यवसाय शिक्षण व प्रशिक्षण अधिकारी सचिन धुमाळ साहेब व मुख्याध्यापिका शासकीय तंत्रनिकेतन केंद्र शाल्मली पवार मॅडम व मुलगा अधिराज डोळे, आई कुसुम डोळे. , माझे वडील मधुकर डोळे आणि पत्नी अश्विनी डोळे यांनी वेळोवेळी केलेल्या विशेष मार्गदर्शन व सहकार्याबद्दल मी त्यांचा मनःपूर्वक आभारी आहे.

तसेच अतिशय कमी कालावधीत पुस्तक प्रकाशित करण्यात अमूल्य वेळ दिल्याबद्दल श्री राजेंद्र घुमे साहेब, सहसंचालक, व्यवसाय शिक्षण व प्रशिक्षण प्रादेशिक कार्यालय, पुणे यांनी पुस्तकाचे पुनरावलोकन केले. त्यांच्या अभिप्रायाबद्दल मी मनापासून आभारी आहे.

पुस्तक लिहिण्याच्या सुरुवातीपासूनच सतत पाठबळ दिल्याबद्दल ITI सातारा च्या प्रशिक्षकांचा मी आभारी आहे.

या पुस्तकातून, ई-लर्निंगबद्दलचे माझे विचार तुमच्याशी शेअर करण्यात मी स्वतःला धन्य समजतो. हे पुस्तक परिपूर्ण आहे असा दावा मी करणार नाही, कारण परिपूर्णतेचा विचार करता हे पुस्तक एक प्रयत्न आहे आणि बाल्यावस्थेत आहे. त्यांची चाचणी आणि सूचना दिल्यास ते सुधारण्यासाठी मोलाचे ठरतील.

मनोज डोळे

दिनांक 9/1/2019

1

प्लंबर मराठी QR Code Images

Download App
Online Test Exam
ITI Books
AutoCAD CAM
JOB & Apprentice
Online Theory
Computer Course
Trading Course
CNC Course
MSCIT Course
Shopping Business
Internet Business
Web Designing
Online Services
Top Sportsmans
Indian Army
Freedom Fighters
Top Scientists
Social Reformers
Motivational Speaker
Top Richest People
Join WhatsApp Group
Join Facebook Group
Like Facebook Page
PAN / Adhar / Licence Passport

Fire extinguisher

Calliper

www.itibook.blogspot.com www.itiapp.blogspot.com www.ititests.blogspot.com

www.itibook.com

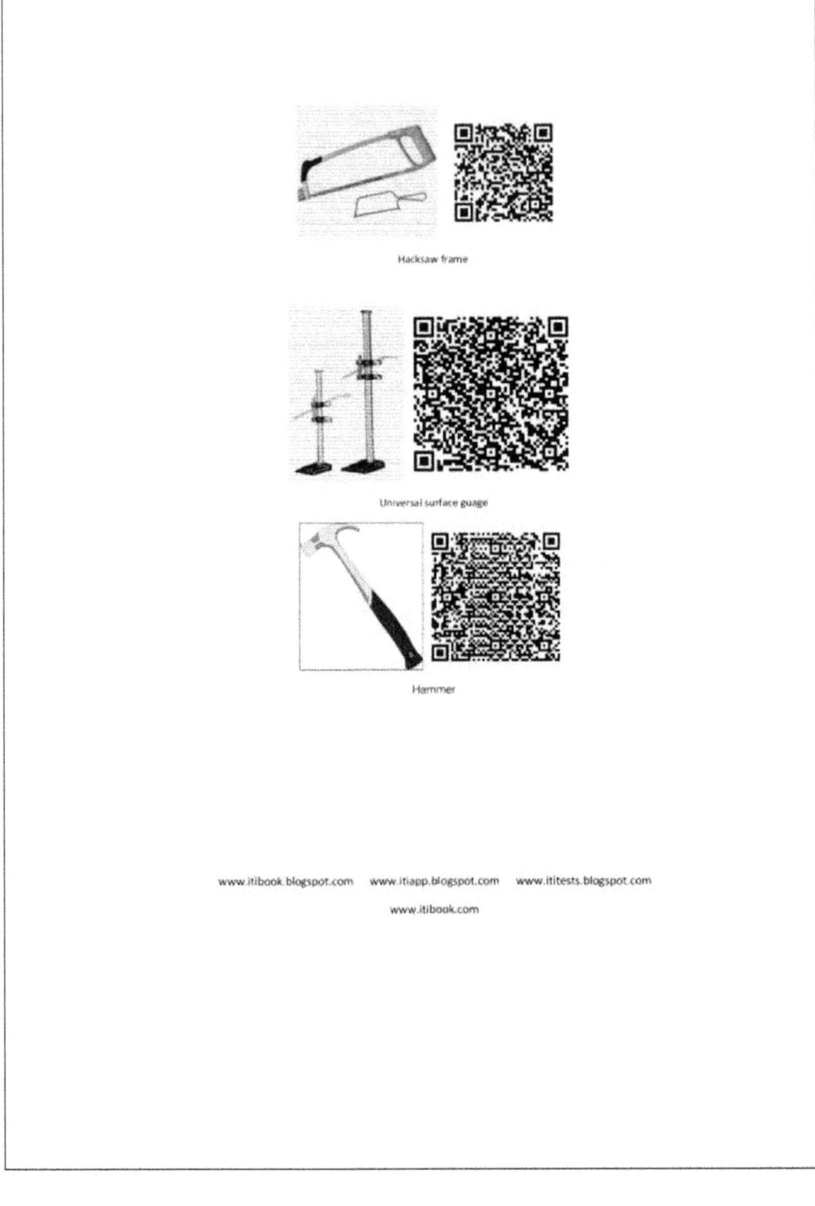
Hacksaw frame
Universal surface guage
Hammer
www.itibook.blogspot.com www.itiapp.blogspot.com www.ititests.blogspot.com
www.itibook.com

Centre punch

Bench vice

Files

www.itibook.blogspot.com www.itiapp.blogspot.com www.ititests.blogspot.com

www.itibook.com

Workshop Tools
drill
pipe wrench
monkey wrench
clamp
chisel
anvil
wrench / spanner
shears
ruler
adhesive tape
measuring tape
drill bit
sandpaper
paint brush
toolbox
hacksaw
nail
saw
spirit level
awl
extension cord
hammer
screw
circular saw
screwdriver
chain saw
mallet
glue
file
pliers

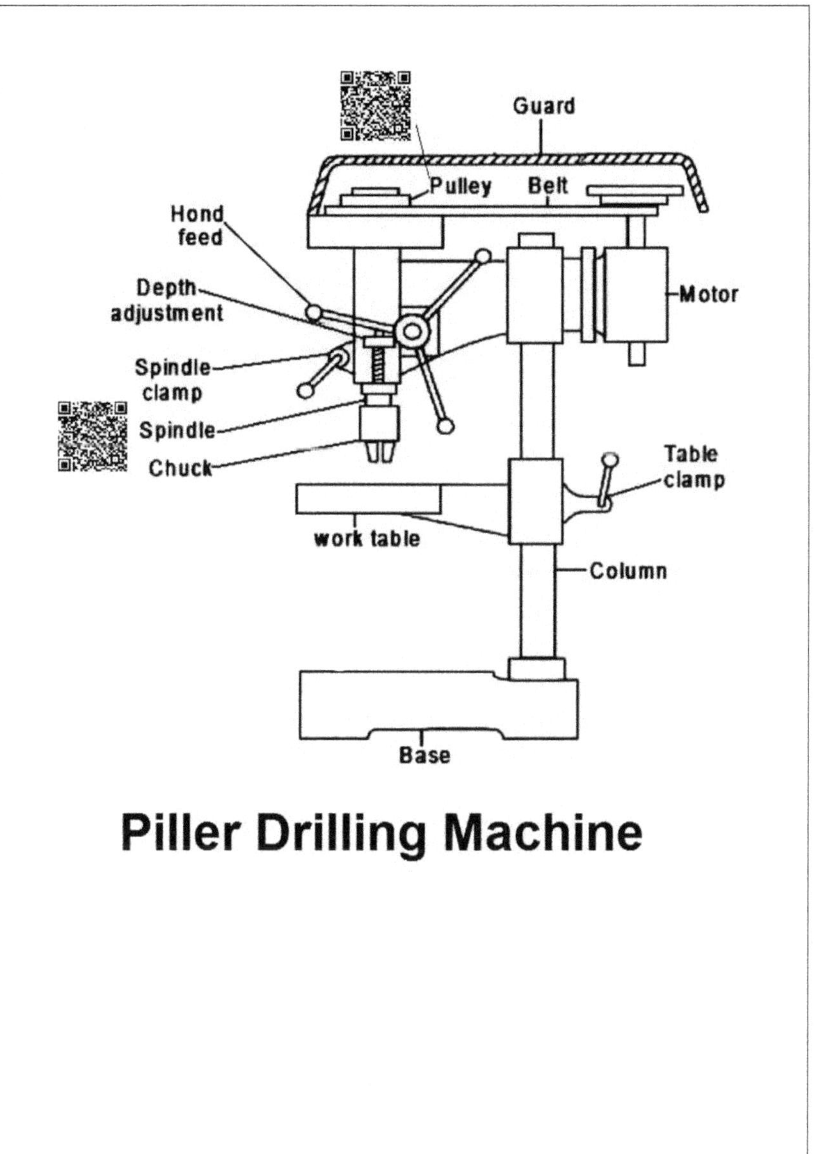

Piller Drilling Machine

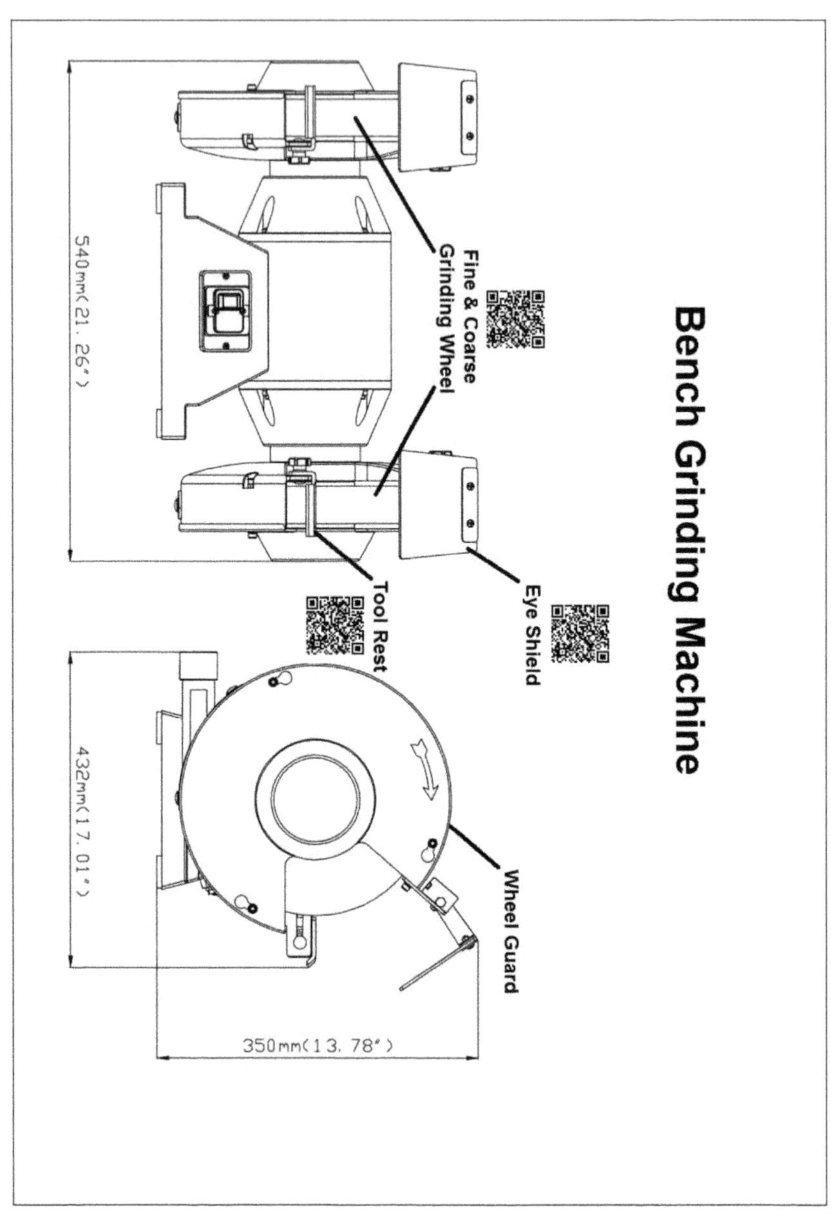
Bench Grinding Machine
Fine & Coarse Grinding Wheel
Eye Shield
Tool Rest
Wheel Guard
540mm(21.26")
432mm(17.01")
350mm(13.78")

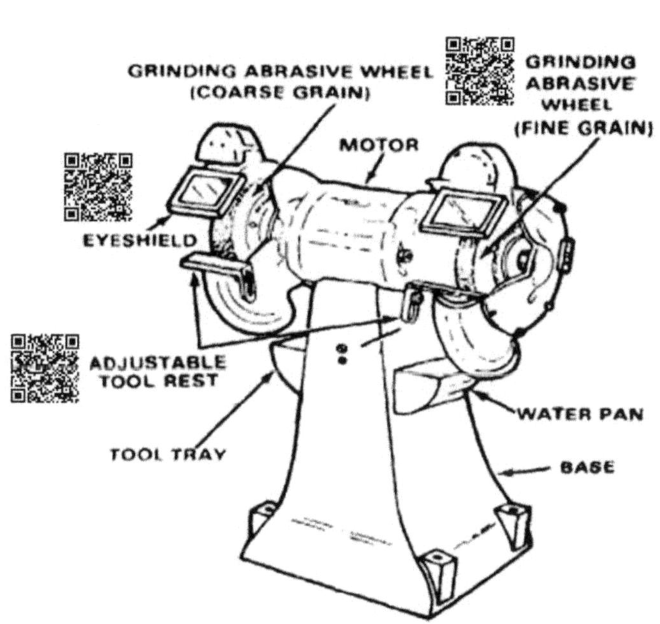

Pedastal Grinding Machine

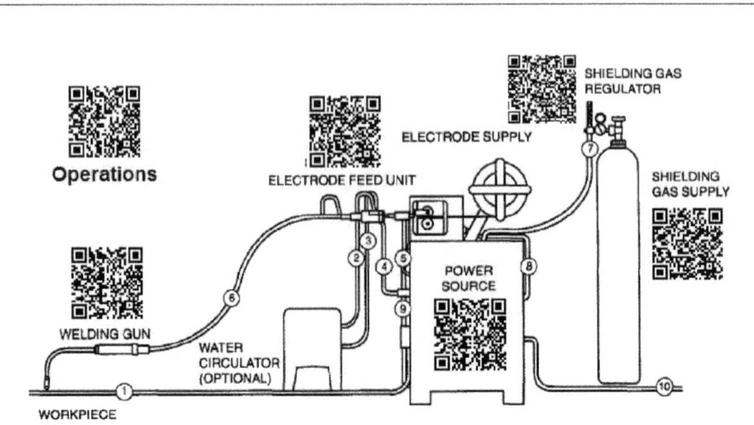

Gas Metal Arc Welding

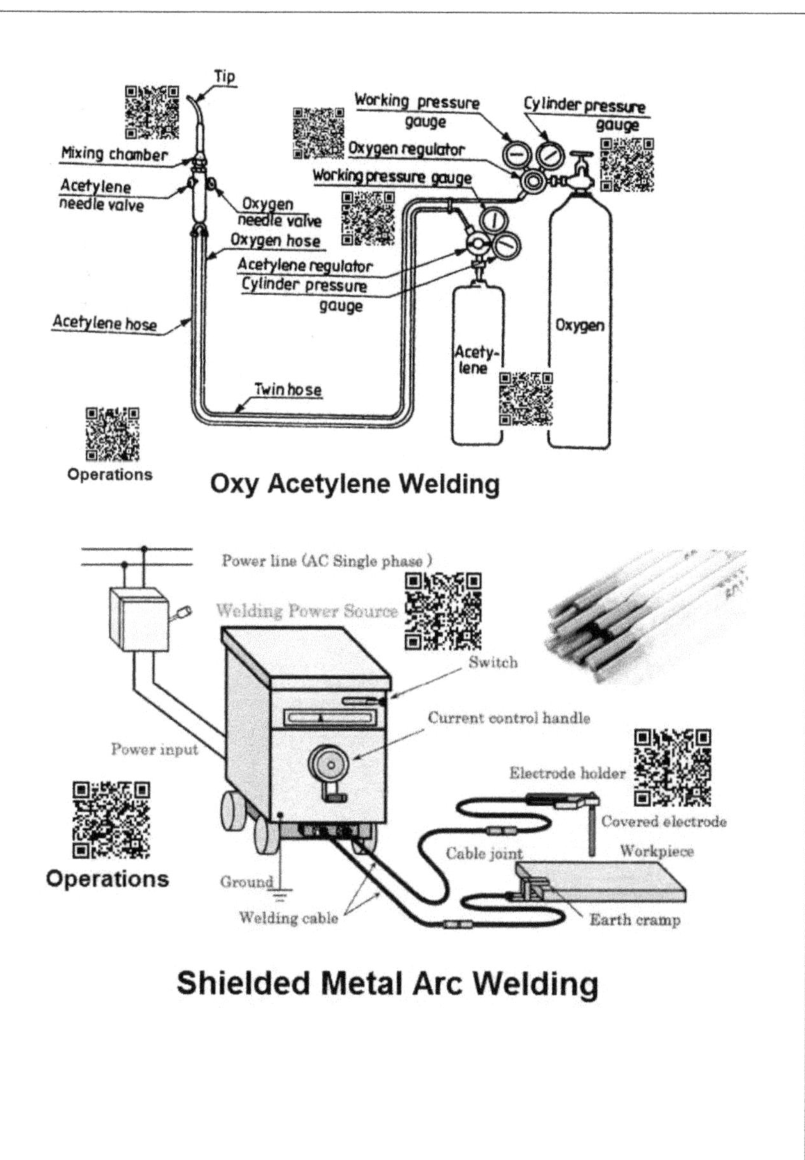

Oxy Acetylene Welding

Shielded Metal Arc Welding

90 deg elbow	Tee fitting	Red tee fitting	M/F elbow	Cross fitting
45 deg elbow	Union fitting	Hex head cap	Reducer fitting	Y-way fitting
Reducer nipple	Square plug fig	Hex plug fitting	Hex nipple	Lock nut
Hose Nipple fitting	Full coupling	Half coupling	single nipple	socket plain fig

pipe joints

pipe joints

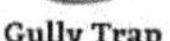
Gully Trap

P Trap

Q Trap
What is Plumbing Trap and 14 Types of Plumbing Traps

S Trap
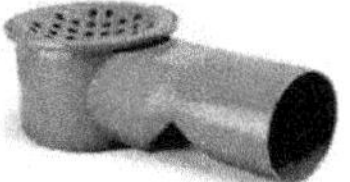
Nahni Trap

Bottle Trap

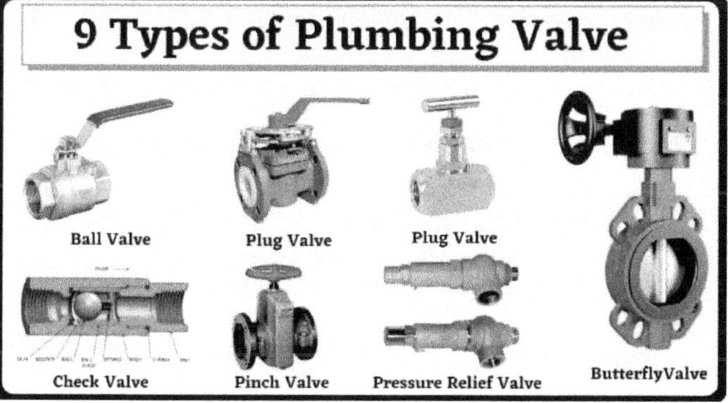
9 Types of Plumbing Valve
Ball Valve
Plug Valve
Plug Valve
Check Valve
Pinch Valve
Pressure Relief Valve
ButterflyValve

Mason's hand tools

BRICK TOWEL

MARGIN TOWEL

GAUGING TOWEL

ANGEL TROWEL

WOODEN FLOAT

METAL FLOAT

PLUMB BOB

RIGHT ANGLED SCALE

LINE DORI

ALUMINIUM CHANNEL

MEASURING TAPE

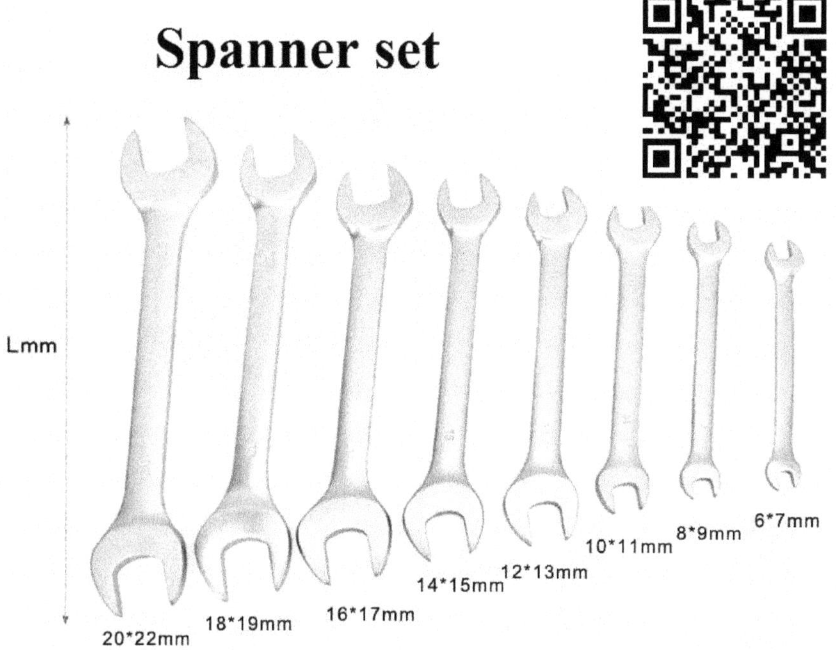

Specifications (metric system)	Specifications (English)
6*7 8*9 10*11 12*13 14*15 16*17 18*19 20*22mm	1/4*5/16 5/16*11/32 3/8*7/16 * 9/16*5/8 5/8*11/16 11/16*3/4 3/4*7/8mm

Spanner set

Socket Wrench
Pedal Wrench
Combination Wrench
Armorer's Wrench
Tap Wrench
Basin Wrench
Chain Wrench
Adjustable Wrench
Monkey Wrench
Torque Wrench
Pliers Wrench
Dog Bone Wrench
Spud Wrench

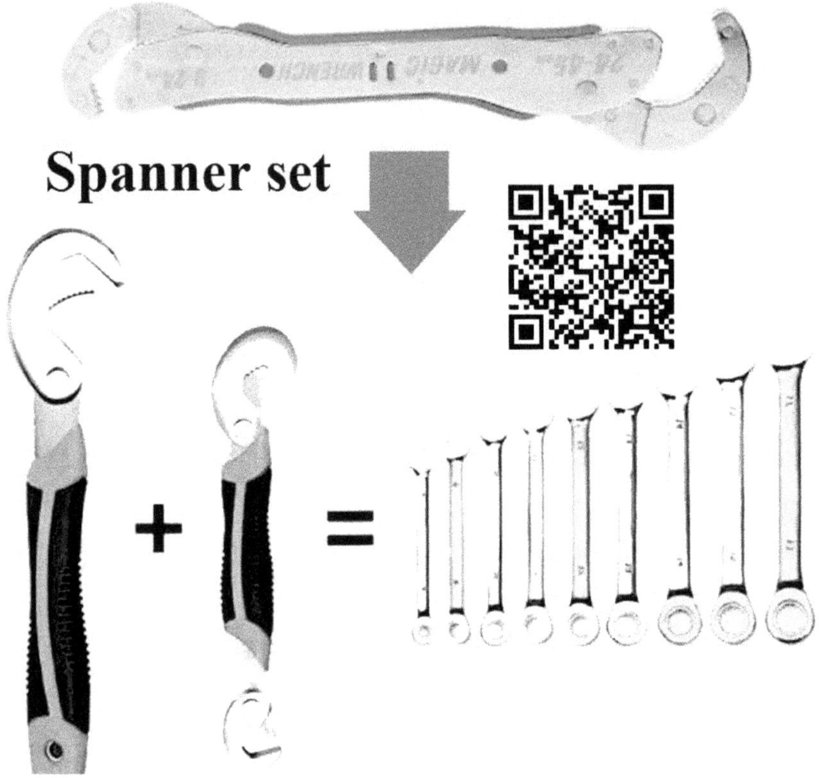

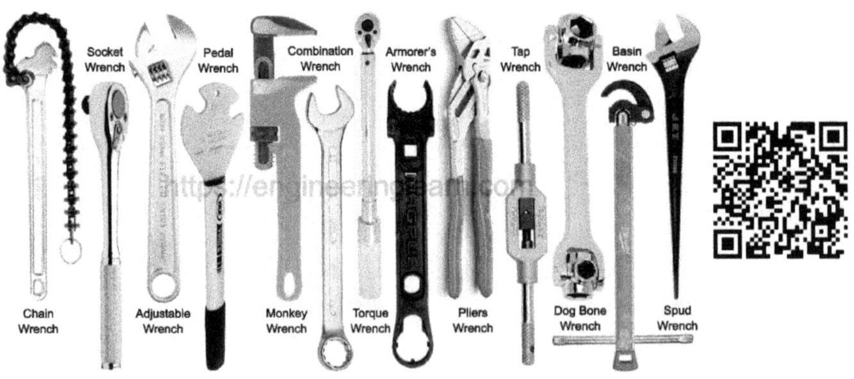

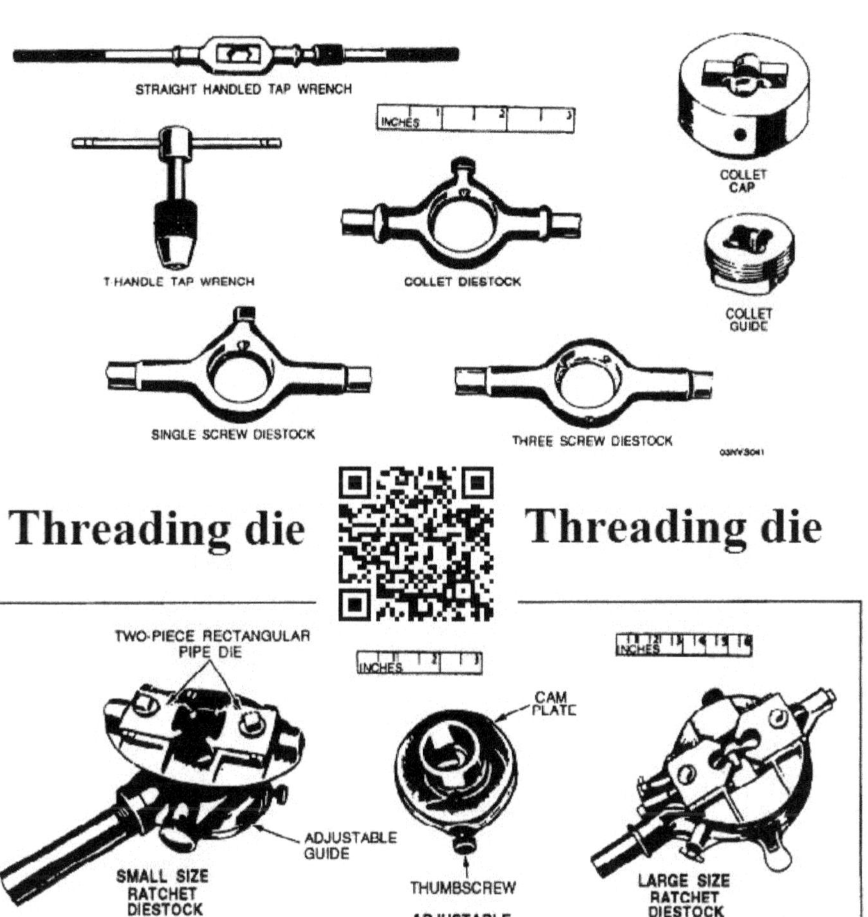
STRAIGHT HANDLED TAP WRENCH
INCHES
COLLET CAP
T-HANDLE TAP WRENCH
COLLET DIESTOCK
COLLET GUIDE
SINGLE SCREW DIESTOCK
THREE SCREW DIESTOCK
Threading die
Threading die
TWO-PIECE RECTANGULAR PIPE DIE
INCHES
INCHES
CAM PLATE
ADJUSTABLE GUIDE
SMALL SIZE RATCHET DIESTOCK
THUMBSCREW
ADJUSTABLE GUIDE
LARGE SIZE RATCHET DIESTOCK
03NVS042

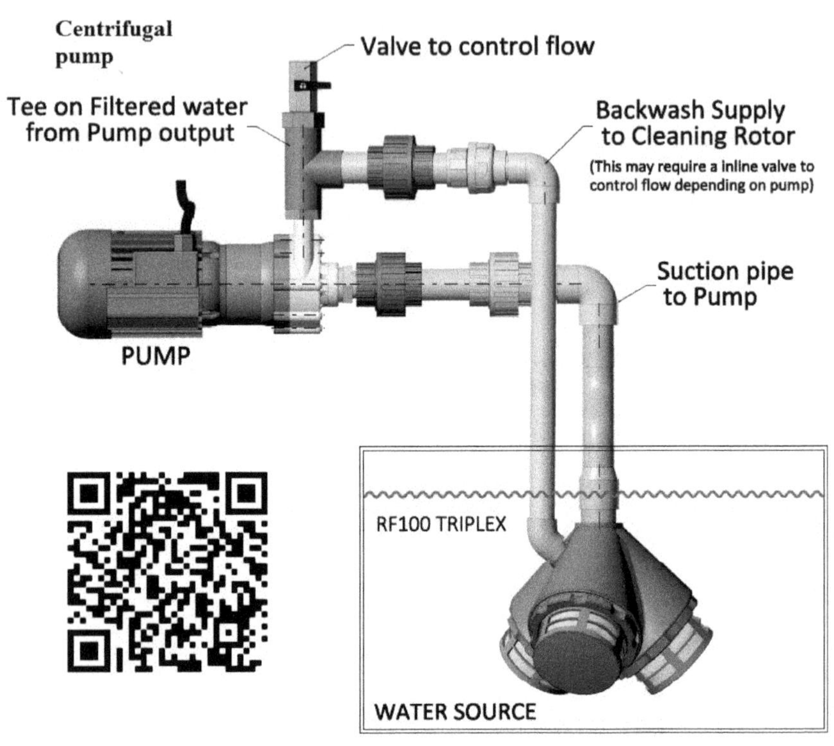

Centrifugal pump

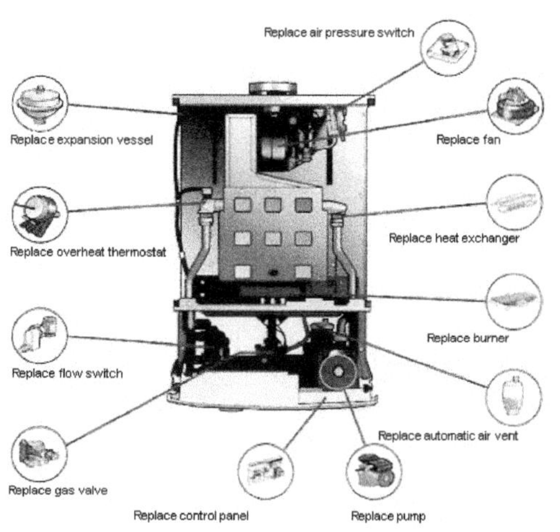

Domestic boilers

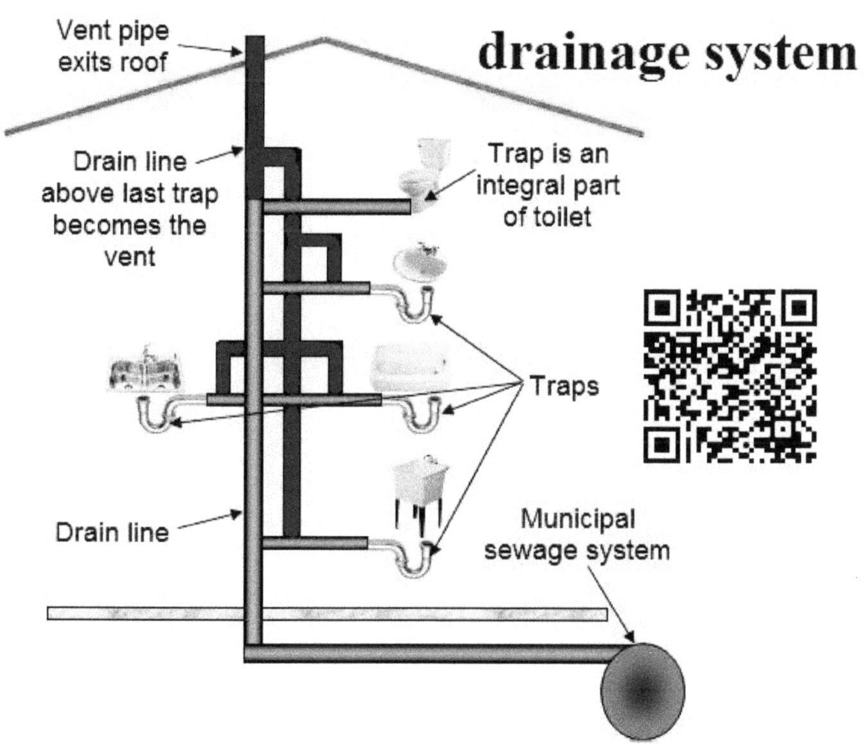

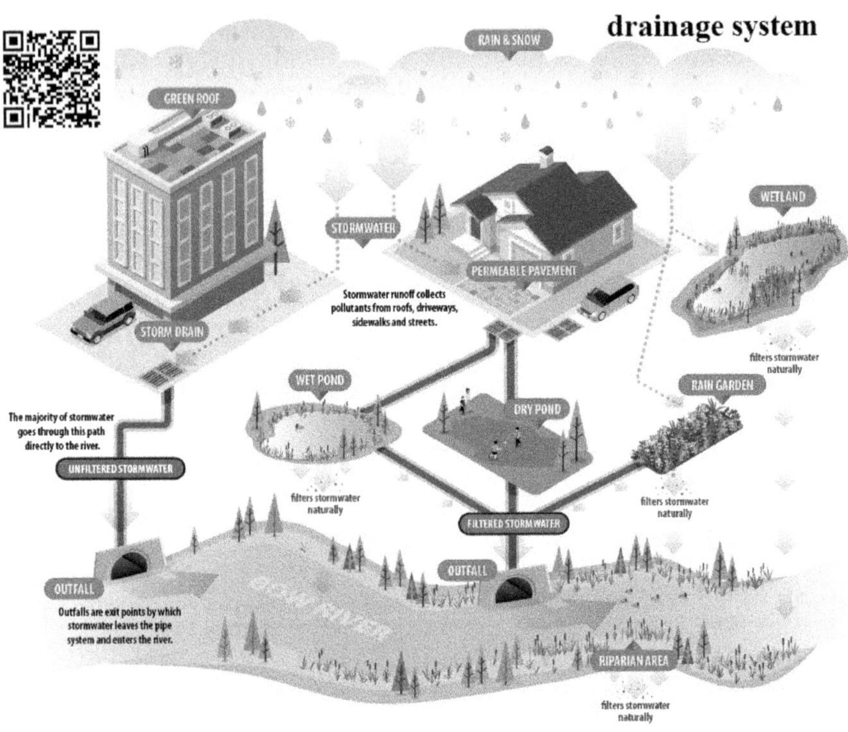
drainage system
RAIN & SNOW
GREEN ROOF
STORMWATER
PERMEABLE PAVEMENT
WETLAND
Stormwater runoff collects pollutants from roofs, driveways, sidewalks and streets.
STORM DRAIN
filters stormwater naturally
WET POND
DRY POND
RAIN GARDEN
The majority of stormwater goes through this path directly to the river.
UNFILTERED STORMWATER
filters stormwater naturally
filters stormwater naturally
FILTERED STORMWATER
OUTFALL
OUTFALL
Outfalls are exit points by which stormwater leaves the pipe system and enters the river.
RIPARIAN AREA
filters stormwater naturally

External floating roof tank (EFRT) of the double deck

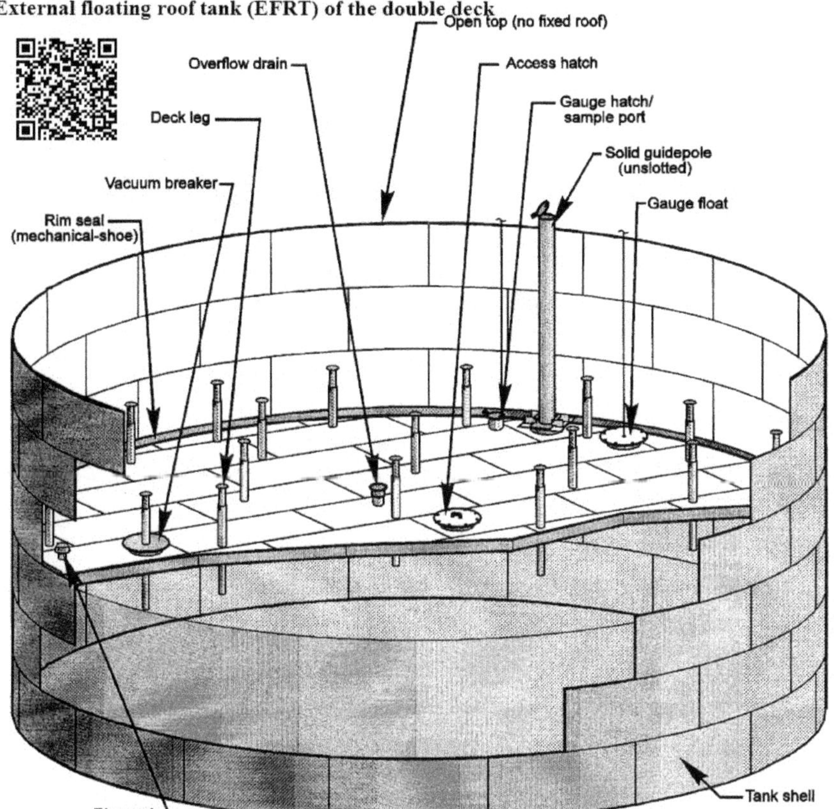

2

प्लंबर मराठी MCQ

1] कार्यशाळा सुरक्षा कोणती आहे?

<u>अ] दुकानातीलमजलास्वच्छआणिग्रीस, तेलकिंवाइतरनिसरड्यापदार्थांपासूनमुक्तठेवा</u>

ब] वेग बदलण्यापूर्वी मशीन थांबवा

C] क्रॅक किंवा चीप केलेली साधने वापरू नका

ड] धावणारे मशीन हाताने थांबवण्याचा प्रयत्न करू नका

२] पर्सनल प्रोटेक्ट इक्विपमेंट (पीपीई) मध्ये हेल्मेट वापरले जाते

<u>अ] डोकेसंरक्षितकरा</u>

ब] डोळ्यांचे रक्षण करा

क] हातांचे संरक्षण करा

ड] कानांचे रक्षण करा

3] खालीलपैकी कोणते सामान्य सुरक्षिततेशी संबंधित आहे?

A चांगल्या वृत्तीचा कार्यकर्ता ठेवा

ब] काम स्वच्छ आणि स्पष्ट

क] आपल्या कामावर लक्ष केंद्रित करा

<u>ड] मजलाआणिगँगवेस्वच्छआणिस्वच्छठेवा</u>

4] दळताना डोळ्यांच्या संरक्षणासाठी कोणता वापर केला जातो?

अ] गडद हिरवा काच

ब] मुखवटा

क] सूर्याचा चष्मा

<u>ड] सुरक्षागॉगल</u>

5] मशीनच्या सुरक्षिततेसाठी खालीलपैकी काय केले जाते?

<u>अ] मशीनसुरूकरण्यापूर्वीतेलाचीपातळीतपासा</u>

ब] पद्धतशीर पद्धतीने कामे करा

क] मजला आणि गँगवे स्वच्छ आणि स्वच्छ ठेवा

ड] डाय आणि स्कार्फ वापरू नका

6] In पर्सनल प्रोटेक्ट इक्विपमेंट (PPE], 'स्लीव्हज'चा वापर संरक्षणासाठी केला जातो ----------

चेहरा

ब] डोळे

क] कान

ड] हात

7] ABC म्हणजे --------------

अ] स्वयंचलित श्वास नियंत्रण

ब] स्वयंचलित रक्त नियंत्रण

क] वायुमार्गश्वासअभिसरण

ड] स्वयंचलित रक्त परिसंचरण

8] आग आणि आग विझवणारे

fire extingusher Fire Extingusher

अग्नीरोधक

9] "वर्ग ब" आग विझवण्यासाठी अग्निशामक यंत्राचे प्रकार वापरले जातात ....

अ] कोरडीशक्ती

ब] कार्बन डायऑक्साइड

क] पाण्याचा जेट

ड] फोम प्रकार

10] सामान्य आग विझवण्यासाठी कोणत्या प्रकारचे अग्निशामक यंत्र वापरले जाते?

अ] पाण्याचेप्रकारविझविण्याचेयंत्र

ब] फोम प्रकार एक्टिंग्विशर

क] कोरडी रासायनिक पावडर एक्टिंग्विशर

D] कार्बन डायऑक्साइड (C02] एक्टिंग्विशर

11] रक्तस्त्राव झाल्यास उपचार घ्या

डी] थंड 3" आणि विश्रांती

<u>अ] थंडपाण्याचीफवारणीकरा</u>

ब] लगेच मलमपट्टी -----.

ब] अपघात विचार उपचार बद्दल चौकशी

safety workshop safety

12] अपघात झाल्यास, पीडितेने आय.एम

अ] विश्रांती घेण्यास सांगितले

<u>क] तात्काळहजरझाले</u>

डी] त्याला सोडा

13] जखमी किंवा आजारी व्यक्तीला प्राथमिक उपचार दिले जातात....

अ] जीव वाचवा

ब] मफचा पुढील बिघाड टाळा

C] शक्य तितका सोई द्या

<u>ड] हेसर्व</u>

14] कचरा पेपर वेगळे करण्यासाठी डब्यांचा कलर कोड ----- आहे.

<u>अ] निळारंग</u>

ब] पिवळा रंग

क] लाल रंग

ड] हिरवा रंग

15] जपानी भाषेत सेको म्हणजे --------------

<u>अ] चमकणे</u>

ब] क्रमवारी लावा

क] प्रमाणीकरण

ड] टिकवणे

16] SS प्रणालीचा फायदा ------ आहे.

अ] उत्पादकतेत वाढ

ब] गुणवत्तेत वाढ

क] वेळेचा अपव्यय कमी करणे

<u>ड] हेसर्व</u>

17] सुरक्षा म्हणजे -----------

अ] कोणाचाही व्यवसाय नाही

<u>ब] प्रत्येकशरीराचाव्यवसाय</u>

क] काही शरीर व्यवसाय

ड] संस्थेचा व्यवसाय

18] मूलभूत श्रेणींसाठी सुरक्षा चिन्हे उपलब्ध आहेत "निषेध" चिन्हाचा अर्थ ----

<u>अ] दाखवतेकीतेकेलेजाऊनये</u>

ब] काय केले पाहिजे ते दाखवते

क] धोक्याची किंवा धोक्याची चेतावणी देते

ड] सुरक्षा तरतुदीची माहिती देते

18] एक मायक्रोमीटर (U] समान आहे...

अ] 0.1 मि.मी

ब] 0.01 मिमी

C] <u>0.001 मिमी</u>

ड] 0.0001 मिमी

19] स्लॉटची रुंदी मोजण्यासाठी कॅलिपर म्हणजे...

अ] विषम पाय कॅलिपर

ब] बाहेरील कॅलिपर

C] जेनी कॅलिपर

ड] <u>कॅलिपरच्याआत</u>

<u>caliper</u> <u>hand tools</u>

कॅलिपर

20] विभाजकांचा आकार ----------- द्वारे निर्दिष्ट केला जातो.

अ] पायांची एकूण लांबी

ब] पूर्णपणे उघडल्यावर बिंदूमधील अंतर

क] बिंदू नसलेल्या पायांची लांबी

<u>D] पिव्होटआणिबिंदूमधीलअंतर</u>

21] समांतर रेषा चिन्हांकित करण्यासाठी वापरलेले साधन आहे, डेटाम काठाच्या समांतर आहे -

<u>अ] जेनीकॅलिपर</u>

ब] विभाजक

क] बाहेरील कॉलीपर

ड] कॅलिपरच्या आत

22] खालीलपैकी कोणते एक अप्रत्यक्ष मोजण्याचे साधन आहे?

अ] बाहेरीलकॅलिपर

ब] व्हर्नियर कॅलिपर

क] पोलादी नियम

ड] बाहेरील मायक्रोमीटर

23] पातळ नळ्या कापण्यासाठी, हॅकसॉ ब्लेडची सर्वात योग्य पिच आहे...

अ] 1.8 मिमी

ब] 1.4 मिमी

क] 1 मि.मी

ड] 0.8 मि.मी

24] ठोस पितळ कापण्यासाठी, हॅकसॉ ब्लेडची सर्वात योग्य पिच आहे...

अ] 1.8 मिमी

ब] 1.4 मिमी

क] 1 मि.मी

ड] 0.8 मि.मी

hacksaw Hacksaw Frame Blade

हॅकसॉ फ्रेम

25] काही स्ट्रोक नंतर एक नवीन हॅकसॉ ब्लेड मुळे सैल होते ...

अ] ब्लेडचेताणणे

ब] विंग-नट धागे जीर्ण होत आहेत

क] ब्लेडची चुकीची खेळपट्टी

ड] करवतीच्या संचाची अयोग्य निवड.

26] लहान व्यासाचे पाईप्स कापताना, नियमितपणे पाहणे आणि याची खात्री करणे उचित आहे ...

अ] कट वक्र रेषेसह आहे

ब] <u>अधिककरवतीचेदातसंकुचितआहेत</u>

क] काम जास्त तापलेले नाही

ड] हॅकसॉचे योग्य संतुलन राखले जाते

27] व्हाइस क्लॅम्पचा वापर यासाठी केला जातो...

अ] कठीण जबड्याचे रक्षण करा

ब] कामाचे तुकडे कडकपणे घट्ट करा

क] <u>तयारपृष्ठभागसंरक्षितकरा</u>

ड] जंगम जबडा दाखल होण्यास प्रतिबंध करा

28] चिन्हांकित करताना संदर्भ पृष्ठभाग प्रदान केला जातो...

अ] पृष्ठभाग गेज

ब] वर्कपीस

क] कामाचे रेखाचित्र

D] <u>मार्किंगटेबलपृष्ठभाग</u>

29] अभियंत्याच्या वाइसचा आकार द्वारे निर्दिष्ट केला जातो ...

अ] जंगम जबड्याची लांबी

ब] <u>जबड्याचीरुंदी</u>

क] दुर्गुणाची उंची

ड] जबडा जास्तीत जास्त उघडणे

30] सार्वत्रिक पृष्ठभाग गेजचा भाग जो डेटाम काठावर समांतर रेषा काढण्यास मदत करतो.

अ] रॉकर हात

ब] स्नग

क] बारीक समायोजन स्क्रू

ड] <u>मार्गदर्शकपिन</u>

universal surface gauge

Surface Gauge

युनिव्हर्सल पृष्ठभाग गेज

31] स्क्राइबर बनलेले आहेत ...

अ] सौम्य पोलाद

ब] उच्चकार्बनस्टील

क] पितळ

ड] कास्ट लोह

32] हँडल फिक्स करण्यासाठी वापरल्या जाणाऱ्या हातोड्याचा भाग...

चेहरा

ब] पेन

क] गाल

ड] डोळाछिद्र

33] चिन्हांकित करण्याच्या हेतूसाठी हातोड्याचे वजन आहे ...

अ] 250 ग्रॅम

ब] 500 ग्रॅम

क] १ किग्रॅ

ड] 2 किग्रॅ

hammer Hammers

हातोडा

३४] डिव्हायडर्सचा आकार...
अ] पायांची एकूण लांबी
ब] पूर्णपणे उघडल्यावर बिंदूमधील अंतर
क] बिंदूशिवाय पायांची लांबी
D] <u>पिव्होटआणिबिंदूमधीलअंतर</u>
35] 'V' ब्लॉकच्या खोबणीचा समाविष्ट केलेला कोन नेहमीच असतो....
अ] ४५०
ब] ६००
क] 90०
ड] <u>120०</u>
36] 'V' ब्लॉक्सच्या ग्रेडमध्ये उपलब्ध आहेत...
अ] <u>अआणिब</u>
ब] अ, ब आणि क
क] १,२ आणि ३
ड] १ आणि २
37] 'B' ग्रेडचे 'V' ब्लॉक बनलेले आहेत
अ] <u>कास्टलोह</u>
ब] सौम्य पोलाद
क] पोलाद
ड] कास्ट स्टील
38] केंद्र शोधण्यासाठी वापरलेल्या पंचाचे नाव सांगा.
अ] प्रिक पंच ३०°
ब] प्रिक पंच ६०°
<u>क] केंद्रपंच</u>
ड] डॉट पंच

Centre punch 1 Punches

मध्यभागी पंच

39] केंद्र पंचाचा बिंदू कोन -------- आहे.

अ] ३०°

ब] ५०°

c] 900

ड] 1200

40] पंचांचा वापर --------- कोणत्याही आकाराचा बनवण्यासाठी केला जातो

अ] छिद्र

ब] खाण

C] Knurling

ड] रीमिंग

41] साधारणपणे वाइसच्या हँडलची लांबी ---------- असते.

अ] वाइसच्या सामान्य आकाराच्या 1.5 पट

ब] वाइसच्यासामान्यआकाराच्या 2.5 पट

क] वाइसच्या सामान्य आकाराच्या 3.5 पट

ड] वाइसच्या सामान्य आकाराच्या 4.5 पट

bench vice Bench Vice

खंडपीठ उपाध्यक्ष

42] बेंच व्हाईस स्पिंडल .... चे बनलेले असते.

अ] सौम्यपोलाद

ब] कास्ट लोह

क] साधन स्टील

ड] कांस्य

43] फाइल्सची उत्तलता मदत करते...

अ] अवतल पृष्ठभाग फाइल करण्यासाठी

ब] बहिर्वक्र पृष्ठभाग फाइल करण्यासाठी

क] कामाच्याकडागोलाकारटाळण्यासाठी

D] दाब लागू झाल्यावर सरळ होणारी फाईल

files 1 Files

फाईल्स

44] लाकूड, चामडे आणि इतर मऊ साहित्य भरण्यासाठी कोणती फाईल वापरली जाते?

अ] सिंगल कट फाइल

ब] डबल कट फाइल

c] रास्पकटफाइल

ड] वक्र कट फाइल

45] वापरलेली फाईल ------------ साठी वापरली जाते.

अ] कामाचा तुकडा साफ करणे

क] फाइल दात नूतनीकरण

ब] फाईलचेदातसाफकरणे

ड] चिप्स साफ करणे

४६] फाइल कार्ड -------- यासाठी वापरले जाते.

अ] कामाचा तुकडा स्वच्छ करा

C] फाईलचे दात नूतनीकरण करा

ब] फाईलचेदातस्वच्छकरा

47] लेखकाचा बिंदू कोन ----------- आहे.

अ] ३०°

ब] ६०°

C] 5° ते 10°

D] 12° ते 15°

48] कास्ट आयरनला चिपकण्यासाठी कटिंग अँगल आहे...

अ] ३७.५◦

ब] 55◦

क] 60◦

D] 90◦

chisel hand tools

49] छिन्नी सामग्रीमध्ये खोदेल जेव्हा...

अ] रेक कोन अधिक आहे

ब] क्लिअरन्स कोन खूप कमी आहे

क] झुकावकोनअधिकआहे

ड] झुकाव कोन खूप कमी आहे

५०] कटिंग एजला थोडासा बहिर्वक्रता दिला जातो...

अ] वक्र पृष्ठभाग कापून टाका

ब] टोकदार कोपरे कापून घ्या

क] टोकेखोदण्यासप्रतिबंधकरा

ड] वंगण आत येऊ द्या

51] सरफेस प्लेट्स कशापासून बनतात...

अ] उच्च दर्जाचे कास्ट स्टील

ब] बारीककच्चालोह

क] मिश्र धातु स्टील्स

ड] लोह

Surface plates hand tools

52] पृष्ठभाग प्लेट्स त्यांच्या लांबी आणि रुंदीनुसार निर्दिष्ट केल्या जातात आणि मध्ये असतात

अ] डेसिमीटर

ब] घनमीटर

<u>क] दंडगोलाकार</u>

53] कोन प्लेटच्या मशीन नसलेल्या भागावर बरगड्या दिल्या जातात...

अ] सुलभ हाताळणी

ब] उत्पादनात सोय

C] मशीनवर सेट करताना क्लॅम्पिंग

ड] <u>कडकपणाआणिविकृतीटाळण्यासाठी</u>

54] अँगल प्लेटवरील स्लॉट यासाठी दिले आहेत...

अ] वजन कमी करणे

ब] काम संरेखित करणे

क] हुक वापरून उचलणे

D] <u>सामावूनघेणारेबोल्ट</u>.

55] कोन प्लेट्सचा आकार द्वारे दर्शविला जातो ...

अ] वजन

ब] लांबी

क] लांबी x रुंदी

ड] <u>आकारक्रमांक</u>

प्रश्न १) झाडाच्या पहिल्या तयार झालेल्या गोलाकार गडद भागाला .... म्हणतात.

अंगठी

ब) पिठ

क) झाडाची साल

ड) कॉर्टेक्स

प्रश्न २) खालीलपैकी कोणती पांढऱ्या मुंग्यांच्या हल्ल्याला प्रतिकार करू शकते?

अ) देवदर

ब) साग

क) चिर

ड) कैल

Q 3) स्विच बॉक्ससाठी वॉलबोर्डमधील ओपनिंग कापण्यासाठी कोणता करवत सर्वोत्तम पर्याय असेल?

अ) की होल सॉ

ब) कोपिंग सॉ

क) हॅकसॉ

ड) मागे पाहिले

Q 4) वर्क पीसला आधार देण्यासाठी चाकांच्या दरम्यान प्रदान केलेल्या बँड सॉ मशीनच्या भागाचे नाव द्या.

अ) टेबल

ब) हात

क) मार्गदर्शक पोस्ट

ड) स्तंभ

प्रश्न 5) जेव्हा झाड वाढते तेव्हा त्याच्या अनेक फांद्या पडतात आणि खोडातील या फांद्यांचा बुंधा झाकलेला असतो. मध्ये

लाकडाचे करवतीचे तुकडे पडलेल्या फांद्याचे स्टंप .... असे दिसतात

अ) स्पॉट

ब) गाठ

क) रिज

ड) पाचर घालून घट्ट बसवणे

Q 6) खाली दिलेल्या आकृतीमध्ये डोवेटेल जॉइंट कोणता आहे?

अ) संयुक्त ए

ब) संयुक्त बी

क) संयुक्त सी

ड) संयुक्त डी

प्र 7) खाली दिलेल्या आकृतीत काय दाखवले आहे ते ओळखा.

अ) पिन

ब) बरगड्या

क) डोवल्स

ड) कळा

प्रश्न ८) यापैकी कोणता सांधा इतका कमकुवत आहे की छत बांधताना त्याला स्टीलच्या प्लेट्स किंवा ब्रॅकेटने मजबुत करावे लागते

trusses?

अ) डोव्हटेल संयुक्त

ब) ब्रिडल संयुक्त

क) बट संयुक्त

ड) मोर्टिस आणि टेनॉन संयुक्त

प्र 9) एका थ्रेडवरील दिलेल्या बिंदूपासून पुढील थ्रेडवरील संबंधित बिंदूपर्यंतच्या अंतराला .... म्हणतात.

अ) हेलिक्स

ब) लीड

क) खेळपट्टी

ड) फ्लॅट

प्रश्न 10) कोणत्या प्रकारचे कुलूप दाराला कायमचे जोडलेले नाही?

अ) पॅड लॉक

ब) नॉब लॉक

क) डेडबोल्ट

ड) कॅमलॉक

Q 11) बँड सॉ वर क्लिक करणारा आवाज सूचित करतो ....

अ) तुटलेले चाक गार्ड

ब) ब्लेडमध्ये क्रॅक

क) इलेक्ट्रिकल पॉवर ट्रिपिंग

ड) काहीही चुकीचे नाही

प्र 12) खाली दिलेल्या आकृतीत दर्शविलेल्या बिजागराचा प्रकार काय आहे?

अ) बट बिजागर

ब) बिजागर काढा

क) फ्लश बिजागर

ड) सुरक्षा बट बिजागर

प्र 13) टेबलसॉचा आकार .... द्वारे निर्धारित केला जातो.

अ) टेबलची उंची

ब) शाफ्ट व्यास

क) ब्लेड व्यास

ड) ब्लेडची रुंदी

Q 14) खाली दिलेल्या आकृतीत दाखवलेल्या चौकटीला .... म्हणतात.

अ) सुताराची पेटी

ब) आकार देणारी पेटी

क) स्लिटिंग बॉक्स

ड) मीटर बॉक्स

Q 15) लाकडाची चौरसता तपासण्यासाठी वापरले जाणारे साधन .... आहे.

अ) शासक

ब) फ्रेमिंग स्क्वेअर

क) चौरस वापरून पहा

ड) संयोजन चौरस

प्रश्न 16) नखे काढण्यासाठी काय वापरले जाते?

अ) बॉल पेन हातोडा

ब) पंजा हातोडा

क) मॅलेट

ड) स्लेज हातोडा

प्र 17) खालील आकृती एका वायसमध्ये धरून ठेवलेला लाकडाचा तुकडा दाखवते. विमान वापरताना ते कोणत्या दिशेला जावे?

अ) डावीकडून उजवीकडे

ब) उजवीकडून डावीकडे

क) कोणत्याही दिशेने

ड) हालचालीची दिशा महत्त्वाची नाही

Q 18) लाकडी वर्कपीसमध्ये बारीक कट करण्यासाठी कोणते साधन वापरले जाते?

अ) हाताने पाहिले

ब) लाकडी आरी

क) टेनॉन पाहिले

ड) रिप सॉ

प्रश्न 19) खालील आकृतीत दर्शविलेल्या साधनाच्या संदर्भात कोणते विधान सत्य नाही?

अ) त्याला ब्रेस म्हणतात

ब) हे ऑगर बिट्ससह वापरले जाते

क) हे लहान व्यासाचे छिद्र पाडण्यासाठी वापरले जाते

ड) हे ड्रिल बिटवर भरपूर शक्ती लागू करण्यास अनुमती देते

प्र 20) न वाळलेल्या ताज्या कापलेल्या लाकडाला .... म्हणतात.

अ) कच्ची लाकूड

ब) ताजे लाकूड

क) हिरवी लाकूड

ड) बेस लाकूड

Q 21) गोंद घालणे, जोडणे आणि असेंब्ली दरम्यान बोर्ड किंवा तुकडे व्यवस्थित ठेवण्यासाठी लावलेल्या खुणा म्हणतात.

....

अ) असेंब्ली मार्क्स

ब) साक्षीदार खुणा

क) दृश्यमान खुणा

ड) मर्यादित गुण

Q 22) रेलिंगला आधार देणाऱ्या जिन्याच्या वरच्या किंवा खालच्या बाजूला असलेल्या पोस्टला (खाली दिलेली आकृती) .... म्हणतात.

अ) न्यूवेल

ब) मुंटिन

क) ओगी

ड) साचा

Q 23) ज्या कोनात दातांची पुढची धार सॉ ब्लेडवर कापली जाते, त्याला म्हणतात.

चेहरा

ब) रेक

क) कटिंग अँगल

डी) क्लिअरन्स कोन

Q 24) आगीतून बाहेर पडण्यासाठी वापरण्यात येणारा दरवाजा .... आहे.

अ) दुहेरी क्रिया दरवाजा

ब) पॅनिक बारसह पॅनेल दरवाजा

क) पॅनेल दरवाजा

ड) फिरणारा दरवाजा

प्रश्न 25) सरकत्या दरवाजाचा तोटा .... कॅबिनेट ओपनिंग उपलब्ध आहे.

अ) दीड

ब) एक तृतीयांश

क) एक चतुर्थांश

ड) एक-पाचवा

Q 26) दरवाजाच्या चौकटीच्या सर्वात वरच्या भागाला .... म्हणतात.

अ) दरवाजाचे डोके

ब) दरवाजा रोलर

क) दरवाजा जवळ

ड) दार जाम

प्र 27) उतार असलेल्या छताच्या सामान्य राफ्टरला आधार देण्यासाठी क्षैतिजरित्या ठेवलेला सदस्य .... आहे.

अ) पुरलिन

ब) क्लीट

क) बॅटन

ड) स्ट्रट

Q 28) यापैकी कोणता प्रकार ट्रस नाही?

अ) किंग पोस्ट ट्रस

ब) राणी पोस्ट ट्रस

क) प्रिन्स पोस्ट ट्रस

ड) प्रॅट ट्रस

Q 29) झाडाच्या बाह्य संरक्षणात्मक थराला .... म्हणतात.

अ) झाडाची साल

ब) बास्ट

क) कँबियम

ड) सॅप लाकूड

Q 30) ट्रसच्या वाढीच्या गुणोत्तराला .... म्हणतात.

अ) स्केल

ब) लीड

क) शिखर

ड) खेळपट्टी

प्र 31) कुऱ्हाडी सारखे उपकरण हँडलला लंब असलेल्या ब्लेडने लाकूड कोरण्यासाठी वापरले जाते, त्याला .... म्हणतात.

अ) Awl

ब) Adze

क) स्क्रॅपर

ड) गॉज

Q 32) जेव्हा तुम्ही छिन्नी वापरता तेव्हा हे महत्वाचे आहे की तुम्ही ....

अ) दोन्ही हात नेहमी मागे ठेवा

ब) छिन्नी बोथट असल्यास जोरात मारा

क) शक्य असल्यास धान्य ओलांडून छिन्नी करा

ड) नेहमी शक्य असलेल्या सर्वात मोठ्या छिन्नीचा वापर करा

Q 33) कोणते साधन मोल्डिंग, कडा छाटणे, रीसेस तयार करणे आणि खोबणी कापू शकते?

अ) जॅक विमान

ब) बेल्ट सँडर

क) रेसिप्रोकेटिंग सॉ

डी) राउटर

Q 34) जॉइंटर हे .... साठी डिझाइन केलेले एक साधन आहे.

अ) मिटर कापून टाका

ब) गोंद लावा

क) समतल पृष्ठभाग

ड) अरुंद स्टॉक फाडणे

Q 35) हा एक चाकू आहे ज्यामध्ये दोन हँडलमध्ये ब्लेड असते. हँडल ब्लेडच्या काटकोनात असतात. याची सवय आहे

स्टॉकवर ब्लेड खेचून पृष्ठभाग गुळगुळीत करा. साधनाला नाव द्या.

अ) पुलकनाइफ

ब) ड्रॉकनाइफ

क) काटकोन चाकू

ड) ब्रिज चाकू

Q 36) hxagonal rench ला .... म्हणून देखील ओळखले जाते.

अ) ऍलन रेंच

ब) स्टिलसन रेंच

सी) सॉकेट रेंच

ड) रॅचेट रेंच

Q 37) खाली दिलेली आकृती ....चे दोन प्रकार दर्शवते.

अ) कास्टर

ब) कॅम्बर्स

सी) रोलर्स

ड) चाके ड्रॅग करा

Q 38) एकाच कोनात अनेक फलकांची टोके कापण्याचा श्रेयस्कर मार्ग म्हणजे .... वापरणे.

अ) मीटर बॉक्स

ब) संरक्षक

क) संयोजन चौरस

ड) संयोजन बेव्हल

Q 39) तुमच्याकडे लाकूडचा एक छोटा भाग आहे जो तुम्हाला बंद करायचा आहे. या कामासाठी योग्य फाइल नाव द्या.

अ) सिंगल कट

ब) दुहेरी कट

क) वक्र कट

ड) रास्प कट

Q 40) धातूला गुळगुळीत करण्यासाठी आणि गंज काढण्यासाठी वापरला जाणारा काळा सँडपेपर .... आहे.

अ) एमरी

ब) ॲल्युमिनियम ऑक्साईड

क) सिलिकॉन कार्बाइड

ड) प्युमिस

Q 41) यापैकी कोणते अपघर्षक खनिज लाकूडकामात वापरले जात नाही?

अ) गार्नेट

ब) सिरेमिक

क) सिलिकॉन कार्बाइड

ड) कॅल्शियम कार्बाइड

Q 42) लेथवर लाकूड फिरवण्यापूर्वी ते .... आहे याची खात्री करा.

अ) हार्डवुड

ब) धूळ मुक्त

क) दोषमुक्त

ड) सॉफ्टवुड

Q 43) सँडिंग किंवा पॉलिश करण्यापूर्वी लाकूड टर्निंग लेथवर कोणते समायोजन करावे?

अ) टूल रेस्ट स्टॉकच्या जवळ हलवा

ब) साधन विश्रांती काढा

क) कामाच्या क्षेत्रामध्ये प्रकाश जोडा

ड) दुसरे साधन विश्रांती जोडा

Q 44) दुकानातील मजल्यावरील घसरणे आणि पडणे टाळण्यासाठी काय मदत करू शकते?

अ) लहान शिडी वापरणे

ब) लेदर सोल्ड शूज घालणे

क) मजला गोंधळापासून मुक्त ठेवणे आणि गळती पुसणे

ड) जमिनीवर भूसाचा एक समान थर ठेवणे

Q 45) जेव्हा सुरक्षा नियम घोड्याच्या खेळाचा संदर्भ घेतात,

अ) फसवणूक करणे

ब) वस्तू फेकणे

क) दुकानाच्या मजल्यावरील प्राणी

ड) घोड्यांचा खेळ खेळणे

Q 46) विमान वापरताना, काळजीपूर्वक समायोजन करा कारण ब्लेड .... आहे.

अ) मऊ

ब) चोच घेण्यायोग्य

क) तीक्ष्ण

ड) महाग

Q 47) महागड्या लाकडाचा पातळ थर स्वस्त प्लायवुडच्या जाड तुकड्याला जोडलेला असतो.

महाग लाकूड पण कमी किमतीत म्हणतात.....

अ) कोप्स

ब) वरवरचा भपका

क) जाडी

ड) लाकूड

Q 48) एक द्रव तयारी जी कडक चमकदार कोटिंगवर सुकते .... आहे.

अ) मेण

ब) प्राइमर

क) वार्निश

ड) स्टिकर

Q 49) खालील आकृतीमध्ये दाखवलेल्या लाकूड टर्निंग लेथमध्ये f काय आहे?

अ) हेडस्टॉक

ब) लॉक नॉब

क) टूल पोस्ट

ड) टेलस्टॉक

प्रश्न 50) लेथवर फेसिंग ऑपरेशन केले जाते तेव्हा कोणत्या प्रकारचा पृष्ठभाग तयार होतो?

सपाट

ब) टेपर

क) दंडगोलाकार

ड) शंकूच्या आकाराचे

प्रश्न 51) जर तुम्ही लाकडाचे दोन तुकडे चिकटवण्याचा विचार करत असाल तर ते एकत्र ठेवण्यासाठी तुम्ही काय वापरू शकता?

अ) हेक्स टूल

ब) बिस्किट जॉइनर

क) सी - पकडीत घट्ट करणे

ड) लीव्हर

Q 52) CNC मशीनमध्ये, मोड .... तुम्ही नवीन प्रोग्राम वापरून पाहत असताना उपयुक्त ठरतो.

अ) MDI

ब) सिंगल ब्लॉक

क) संपादित करा

ड) आरंभ करणे

Q 53) .... ची पडताळणी करण्यासाठी प्लंब बॉब वापरला जातो.

अ) क्षैतिज पातळी

ब) अनुलंब पातळी

क) समांतर पातळी

ड) पृष्ठभाग पातळी

प्रश्न 54) खालीलपैकी कोणते अग्निशामक विद्युत आगीसाठी योग्य आहे?

अ) कोरडी रसायने

ब) पाणी

क) फोम

ड) सोडा ऍसिड

Q 55) पाण्याचा वापर __________ विझवण्यासाठी केला जातो.

अ) वर्ग-अ आग

ब) वर्ग-ब आग

क) वर्ग-क आग

ड) हे सर्व

Q 56) खालीलपैकी कोणता सरळ कटिंग करवतीचा प्रकार नाही?

अ) धनुष्य पाहिले

ब) रिप सॉ

क) टेनॉन पाहिले

ड) डोवेटेल पाहिले

Q 57) सुतार करवतीने धान्याच्या बाजूने कोणते साधन वापरले जाते?

विमान

ब) छिन्नी

क) रिप सॉ

ड) हातोडा

Q 58) इतर प्रकारच्या करांच्या तुलनेत, टेनॉन सॉमध्ये ____________ असते.

अ) प्रति इंच जास्त दात

ब) प्रति इंच कमी दात

क) प्रति इंच समान दात

ड) यापैकी नाही

प्रश्न ५९) गोलाकार करवतीचा उपयोग काय?

अ) फाडणे

ब) मीटर कटिंग

क) बेव्हल कटिंग

ड) हे सर्व

Q 60) ट्रायिंग प्लेनची लांबी ____________ आहे.

अ) 600-700 मिमी

ब) 700-800 मिमी

क) 450-500 मिमी

ड) 800-900 मिमी

प्रश्न ६१) कोणता भाग झाडाचे वय दर्शवतो?

अ) पिठ

ब) रिंग

क) झाडाची साल

ड) कॉर्टेक्स

Q 62) लाकडाचे शास्त्रीय नाव काय आहे?

अ) झाइलम

ब) Xylastrus orbiculatus

सी) पॅरेन्कायमा

ड) सायकाडोफायटा

Q 63) खालीलपैकी कोणते मऊ लाकडाचे उदाहरण आहे?

अ) देवदर

ब) साल

क) ओक

ड) महोगनी

Q 64) बाहेरील पृष्ठभाग आकुंचन पावल्यामुळे लॉगच्या बाहेरील भागाला ______________ म्हणतात.

अ) वारा क्रॅक

ब) रिंग शेक

क) अस्वस्थ

ड) वाणे

Q 65) खालीलपैकी कोणता छिन्नीचा प्रकार नाही?

अ) गरम छिन्नी

ब) बेंच छिन्नी

क) बट छिन्नी

ड) कॅबिनेट छिन्नी

Q 66) लाकडाची गुणवत्ता ____________ यावर अवलंबून नाही.

अ) झाडाचा आकार

ब) झाडाची परिपक्वता

क) लाकडाचे वजन

ड) झाडाचा प्रकार

प्र 67) आकृतीत दाखवलेले हाताचे साधन ओळखा?

अ) गिमलेट

ब) स्क्रू ड्रायव्हर

क) स्टार-हेड स्क्रू ड्रायव्हर

ड) नाकाचा सपाट पट्टा

प्र 68) आकृतीत दाखवलेले हाताचे साधन ओळखा?

अ) हँड ड्रिल

ब) गिमलेट

क) रॅचेट ब्रेस

ड) इलेक्ट्रिक ड्रिल

Q 69) उच्च दर्जाच्या फर्निचर ड्रॉवरच्या बांधकामात ____________ जॉइंट वापरला जातो.

अ) लॅप्ड डोव्हटेल

ब) ससा

क) दादो

ड) लॅप

Q 70) खालीलपैकी कोणता बॉक्स जॉइंट आहे?

अ) कंघी संयुक्त

ब) टी अर्धवट करणे

क) कोपरा अर्धवट करणे

ड) टेनॉन आणि मोर्टाइज

प्र 71) लाकडाचे दोन तुकडे जोडून सदस्याची लांबी वाढवण्यासाठी ________________ सांधे वापरतात.

अ) लांबी वाढवणे

ब) कोन

टाळ्या वाजविल्या

ड) रुंदीकरण

Q 72) घनता ______ द्वारे मोजली जाते.

अ) वस्तुमान ÷ खंड

ब) खंड ÷ वस्तुमान

क) खंड X वस्तुमान

ड) वजन X जाडी

Q 73) खालीलपैकी कोणता स्क्रू ड्रायव्हरचा भाग आहे?

अ) ब्लेड

ब) टीप

क) शँक

ड) हे सर्व

Q 74) आकृतीत दाखवलेले हाताचे साधन ओळखा?

अ) पिन्सर

ब) कॉम्बिनेशन प्लायर

क) टोंग

ड) नाकाचा सपाट पट्टा

Q 75) खालील चित्रात कोणती रूपांतरण पद्धत दर्शविली आहे?

अ) स्पर्शिका करवत

ब) समांतर सॉइंग

क) रेडियल सॉइंग

ड) क्वार्टर सॉइंग

Q 76) फायबर बोर्ड ________________ म्हणूनही ओळखले जातात.

अ) दाबलेले लाकूड

ब) पास केलेले लाकूड

क) हलके लाकूड

ड) यापैकी नाही

Q 77) लाकूड रोटरी कापलेली, कापून किंवा कापून काढलेली एक पातळ शीट, ज्याचा वापर कनिष्ठ लाकडाला वरच्या बाजूने केला जातो.

प्लायवुड ___________ आहे.

अ) वरवरचा भपका

ब) कण पत्रक

क) क्रॉस बाँड लेयर

ड) विनाइल शीट

Q 78) लाकडाच्या पातळ थरांना एकत्र बांधून प्रत्येक थराचे दाणे काटकोनात असतील अशा प्रकारे बनवले जातात.

समीप स्तराचा. हे आहे____________.

अ) प्लायवुड

ब) इमारतीचे लाकूड

क) कॉर्क बोर्ड

ड) हार्ड बोर्ड

प्र 79) प्लायवुडमधील कोणत्या थराला "कोर" म्हणतात?

अ) मधला थर

ब) वरचा थर

क) वरचा थर

ड) बाजूचा थर

प्रश्न 80) विधानांपैकी कोणते विधान प्लायवुडचा फायदा नाही?

अ) ते सहज आकुंचन पावेल आणि विरघळेल

ब) हे खूप मोठ्या आकारात तयार केले जाते

क) ते वजनाने हलके असते

ड) हे सहजपणे काम केले जाऊ शकते आणि आकार आणि डिझाइनमध्ये वाकले जाऊ शकते

प्रश्न 81) झाडाचा कोणता भाग सुतारकामासाठी अधिक उपयुक्त आहे?

अ) हृदयाचे लाकूड

ब) सॅप लाकूड

क) झाडाची साल

ड) रूट

Q 82) करवतीला तीक्ष्ण करण्यासाठी कोणता वाइस वापरला जातो?

अ) दुर्गुण पाहिले

ब) सुतार वाइस

क) बार क्लॅम्प

ड) सी- क्लॅम्प

प्रश्न ८३) खालीलपैकी कोणते लाकूड संरक्षक नाही?

अ) गोंद

ब) तार

क) क्रियोसोट

ड) रासायनिक मीठ

Q 84) सिंगल कट फाइलचा कोन _______ आहे.

अ) 60˚

ब) ५१˚

क) 70˚

ड) 90˚

Q 85) सॉ पॉइंट बनवण्यासाठी वापरण्यात येणारी फाइल _________ आहे.

अ) त्रिकोणी फाइल

ब) अर्धा गोल फाइल

क) अनियमित फाइल

ड) ऑगर बिट फाइल

Q 86) "गाठ" हा इमारती लाकडाचा एक प्रकारचा दोष आहे, जो ___________ मुळे होतो.

अ) नैसर्गिक कारण

ब) मसाला

क) बुरशीचा हल्ला

ड) कीटकांचा हल्ला

प्रश्न 87) मसाला तयार करण्याची सर्वात जलद आणि प्रभावी पद्धत कोणती आहे?

अ) इलेक्ट्रिक सीझनिंग

ब) भट्टीचा मसाला

क) नैसर्गिक मसाला

ड) रासायनिक मसाला

Q 88) खालीलपैकी कोणता अपवर्तक लाकडाचा प्रकार आहे?

अ) डिओडर

ब) साग

क) शीशम

ड) साल

Q 89) ________________ सांधे हा सुतारकामाच्या जोडाचा सर्वात सोपा प्रकार आहे.

अ) डोवेटेल

ब) ससा

क) बोट

ड) लॅप

प्रश्न 90) फर्निचरसाठी कोणत्या प्रकारचे लाकूड सर्वोत्तम आहे?

अ) चेरी

ब) पांढरा ओक

क) पाइन

ड) साग

प्र 91) आकृतीत दाखवलेली खुर्ची ओळखा.

अ) लाकडी सशस्त्र खुर्ची

ब) स्टील सशस्त्र खुर्ची

क) लाकडी हात नसलेली खुर्ची

ड) लाकडी स्टूल

प्र 92) खालीलपैकी कोणता प्रकार गोलाकार सॉ ब्लेड आहे?

अ) क्रॉसकट

ब) फाडणे

क) संयोजन

ड) हे सर्व

प्र 93) करवतीचे कोणते ऑपरेशन वर्तुळाकार सॉ मशीनशी संबंधित नाही?

अ) रिप सॉ

ब) मोल्ड कटिंग

क) मीटर कटिंग

ड) क्रॉस कटिंग

प्र 94) प्लॅनिंग करण्यापूर्वी, आपण ______________ साठी पृष्ठभागाचे निरीक्षण केले पाहिजे.

अ) वळणे

ब) वार्पिंग

क) योग्य परिमाण

ड) ट्रिमिंग

Q 95) बँड सॉ मशीनचा कमाल टाइलिंग कोन_______ आहे.

अ) ४५°

ब) 60°

क) 90°

ड) 120°

प्र 96) बँड सॉचे आकार _____________ द्वारे निर्धारित केले जातात.

अ) चाकाचा व्यास

ब) ब्लेडची जाडी

क) टेबल आकार

ड) यापैकी नाही

प्र 97) पोकळ छिन्नी मॉर्टाइझिंग मशीन ____________ छिन्नीचे कटिंग ड्रिलच्या क्रियेसह एकत्र करते

मध्यभागी थोडा.

अ) चार बाजूंनी

ब) दुतर्फा

क) तीन बाजूंनी

ड) यापैकी नाही

प्र 98) मोर्टाइजर मशीन हे _____________ मशीन आहे, ज्याचा उपयोग चौरस आणि आयताकृती ड्रिल करण्यासाठी केला जातो.

लाकूड

अ) लाकडी काम

ब) मेटल वर्किंग

क) चिकणमाती कार्यरत

ड) यापैकी नाही

प्र 99) आकृतीत दाखवलेल्या सुताराच्या साधनाचे नाव काय आहे?

अ) क्लॉ हॅमर

ब) बॉल पेन हॅमर

क) क्रॉस peenHammer

ड) सरळ पेन हॅमर

प्रश्न 100) खालीलपैकी कोणते फर्निचर टेबलचे प्रकार नाही?

अ) चहाचे टेबल

ब) संगणक टेबल

क) जेवणाचे टेबल

ड) एक्सेल टेबल

Q 101) पॉवर प्लेन हे मूलतः _____________ असते जे कटर बार चालवते.

अ) हाय-स्पीड मोटर

ब) हाय-स्पीड इंजिन

क) कमी गतीची मोटर

ड) यापैकी नाही

Q 102) सँडिंग डिस्क्स _____________ वापरून स्थापित केल्या जातात.

अ) वेगवेगळ्या आकाराचे दोन रेंच

ब) दाब-संवेदनशील चिकट

क) टेंशन नॉब

ड) चक की

Q 103) आकृतीमध्ये दर्शविलेल्या सँडिंग मशीनचा प्रकार ओळखा.

अ) डिस्क सँडर

ब) बेल्ट सँडर

क) स्पिंडल सँडर

ड) गियर सँडर

Q 104) फ्रेम आणि पॅनल बांधणीमध्ये, बाहेरील उभ्या फ्रेम सदस्य_______ आहेत.

अ) स्टाइल्स

ब) रेल

सी) लॉक रेल

ड) मुलियन

Q 105) __________ खिडक्या सरकत्या दरवाज्यासारख्या असतात आणि शटर रोलर बेअरिंगवर फिरतात.

क्षैतिज किंवा अनुलंब.

अ) सरकणे

ब) स्विंगिंग

क) रोलिंग

ड) धातू

Q 106) स्लाइडिंग विंडो हा विंडोचा एक प्रकार आहे ज्यामध्ये शटर ___________ हलते.

अ) क्षैतिज

ब) अनुलंब

क) एकतर क्षैतिज किंवा अनुलंब

ड) यापैकी नाही

प्रश्न 107) पृष्ठभागावरील पुटीचा मुख्य उद्देश काय आहे?

अ) भिंतीच्या पृष्ठभागावरील कोणत्याही केसांच्या रेषेतील तडे किंवा छिद्रे भरण्यासाठी

ब) पेंटिंगसाठी एकसमान, समतल पृष्ठभाग तयार करण्यासाठी,

क) पाणी गळती रोखणे किंवा कमी करणे

ड) हे सर्व

Q 108) ड्रिलिंग मशीनमध्ये न वापरलेल्या ऍक्सेसरीचे नाव सांगा.

अ) टूल धारक

ब) स्लीव्ह

सी) सॉकेट

ड) ड्रिल चक

Q 109) ______________ हे एक उर्जा साधन आहे जे ड्रिलिंग आणि कठिण छिन्नी यांसारखी भारी-कर्तव्य कार्ये करू शकते.

साहित्य

अ) रोटरी हातोडा

ब) जॅक विमान

क) बेल्ट सँडर

ड) रेसिप्रोकेटिंग सॉ

Q 110) उतार असलेल्या छताच्या रिज लाइनवर प्रदान केलेला लाकडी तुकडा ______________ म्हणून ओळखला जातो.

अ) राफ्टर

ब) रिज

क) गॅबल

ड) खेळपट्टी

Q 111) ____________ छप्परांमध्ये, सामान्य राफ्टर कोणत्याही मध्यवर्ती समर्थनाशिवाय स्वतःला प्रदान केले जातात.

अ) एकल

ब) दुहेरी

सी) पुरलिन

ड) ट्रस्ड

Q 112) खाली दिलेली आकृती a_____________ दर्शवते.

अ) राणी पोस्ट ट्रस

ब) किंग पोस्ट ट्रस

क) राणी पोस्ट आणि किंग पोस्ट ट्रस दोन्ही

ड) यापैकी नाही

Q 113) ________________ मजल्यांमध्ये सिंगल जॉईस्ट असतात जे फ्लोअर बोर्डच्या खाली ठेवलेले असतात.

अ) सिंगल संयुक्त इमारती लाकूड मजला

ब) सिंगल जॉइस्ट लाकडाचा मजला

क) सिंगल लाकूड मजला

ड) जॉईस्ट फ्लोअर

Q 114) _____________ आकार सँड पेपरच्या शीटचा खडबडीतपणा निर्धारित करतो.

अ) काजळी

ब) वाळू

क) कागद

ड) ॲल्युमिनियम ऑक्साईड

Q 115) सुतार लाकूड गुळगुळीत करण्यासाठी कोणते साधन वापरतात?

विमान

ब) छिन्नी

क) रिप सॉ

ड) रास्प

Q 116) लाकडाच्या आर्द्रतेतील बदलांमुळे लाकूड ______________ होऊ शकतो ज्यामुळे ताण येऊ शकतो आणि क्रॅक होऊ शकतो

कोटिंग्ज

अ) सूज येणे

ब) संकोचन

क) सूज आणि संकोचन दोन्ही

ड) यापैकी नाही

Q 117) ___________ लाकडावरील लोखंडी डाग काढून टाकण्यासाठी विशेषतः प्रभावी आहे.

अ) ऑक्सॅलिक ऍसिड

ब) ब्लीच

क) पाणी

ड) तेल

Q 118) प्राइमर्सचा वापर ________ केला जातो.

अ) पेंटिंग करण्यापूर्वी

ब) चित्रकला नंतर

क) पेंटसह एकत्र

ड) यापैकी नाही

Q 119) सर्वात टिकाऊ वार्निश __________ आहे.

अ) तेल वार्निश

ब) पाणी वार्निश

क) स्प्रिट वार्निश

ड) हे सर्व

Q 120) वुड वर्किंग सीएनसी राउटरमध्ये, सीएनसी म्हणजे ______________.

अ) संगणक अंकीय नियंत्रण

ब) अंकीय नियंत्रण नियंत्रित करा

क) संगणक क्रमांक नियंत्रण

ड) काउंटर न्यूमेरिक कंट्रोल

Q 121) CNC ऑपरेशनमध्ये G00 हा ______________ साठी कोड आहे.

अ) जलद स्थिती

ब) रेखीय प्रक्षेपण

क) वर्तुळाकार प्रक्षेपण

ड) यापैकी नाही

Q 122) CNC ऑपरेशनमध्ये M00 हा ______________ साठी कोड आहे.

अ) कार्यक्रम थांबवा

ब) स्पिंडल स्टार्ट

क) साधन बदल

ड) कूलंट चालू

Q 123) लाकडाची घनता निर्धारित केल्यावर आर्द्रतेचे प्रमाण किती असावे?

अ) १२%

ब) १८%

क) २०%

ड) 22%

Q 124) लाकूड टर्निंग लेथ मशीनचा मुख्य घटक ______________ आहे.

अ) हेड स्टॉक आणि स्पिंडल

ब) टेल स्टॉक आणि पॉपेट बॅरल

क) बेड आणि टूल विश्रांती

ड) हे सर्व

Q 125) स्पिंडल टर्निंगमध्ये लाइव्ह सेंटर आणि ______________ मधील स्टॉक टर्निंगचा समावेश होतो.

अ) स्पूर

ब) साधन विश्रांती

क) हेडस्टॉक

ड) मृत केंद्र

Q 126) मशीनवर काम करताना प्रथम प्राधान्य असते-

अ) कोणतीही चूक करू नका

ब) आजूबाजूच्या इतर लोकांकडे लक्ष द्या

क) नेहमी सुरक्षिततेचा विचार करणे

ड) यापैकी नाही

Q 127) लाकडावरील वॅक्स पॉलिश खालीलपैकी कोणत्या श्रेणीत येते?

अ) बाष्पीभवन

ब) साफ करा

क) पाणी आधारित

ड) यापैकी नाही

उत्तर की

Level 1 Answer key

Question No.	Option	Question No.	Option	Question No.	Option	Question No.	Option	Question No.	Option
1	B	31	B	61	B	91	A	121	A
2	B	32	A	62	A	92	D	122	A
3	A	33	D	63	A	93	B	123	A
4	A	34	C	64	A	94	C	124	D
5	B	35	B	65	A	95	A	125	D
6	D	36	A	66	A	96	A	126	A
7	C	37	A	67	A	97	A	127	A
8	C	38	A	68	A	98	A		
9	C	39	D	69	A	99	A		
10	A	40	A	70	A	100	D		
11	B	41	D	71	A	101	A		
12	B	42	C	72	A	102	C		
13	C	43	B	73	D	103	A		
14	D	44	C	74	A	104	A		
15	C	45	A	75	D	105	A		
16	B	46	C	76	A	106	A		

17	A	47	B	77	A	107	D
18	C	48	C	78	A	108	A
19	C	49	D	79	A	109	A
20	C	50	A	80	A	110	B
21	B	51	C	81	A	111	A
22	A	52	B	82	A	112	A
23	B	53	B	83	A	113	B
24	B	54	A	84	A	114	A
25	A	55	A	85	A	115	A
26	A	56	A	86	A	116	C
27	A	57	C	87	A	117	A
28	C	58	A	88	A	118	A
29	A	59	D	89	D	119	A
30	D	60	A	90	D	120	A

58] गॅस वेल्डिंगमधील फ्लक्सचे एक कार्य आहे ...

अ] धातूचेऑक्साईडविरघळतात

ब] मानसिक वितळण्याचे बिंदू कमी करा

C] ज्वालाचे तापमान वाढवा

ड] मुळांचा प्रवेश वाढवा

59] कास्ट आयर्न वेल्डिंगसाठी सिंगल वीच्या वी ग्रूव्हचा कोन परंतु संयुक्त ...

अ] ६०◦

ब] 70◦

क] 80◦

ड] 90◦

60] गॅस वेल्डिंगसाठी फ्लक्सची निवड खालीलपैकी कोणत्या घटकांवर अवलंबून असते?

अ] सामीलहोण्यासाठीसामग्रीचाप्रकार

ब] धार प्रवेशाचा प्रकार

C] इंधन वायूचा प्रकार

ड] ज्वालाचा प्रकार वापरला

61].कांस्य वेल्ड 10 मिमी जाड कास्ट आयर्न जॉबसाठी नोजलचा आकार काय आहे?

अ] ५

ब] ७

क] १०

ड] १३

bronze welding

wd Bronze welding
Brazing

कांस्य वेल्डिंग

62] कास्ट आयर्नच्या कांस्य वेल्डिंगसाठी योग्य फिलर रॉड सांगा

अ] पितळ

ब] सिलिकॉनकांस्य

C] मँगनीज कांस्य

डी] सुपर सिलिकॉन कास्ट आयर्न

63] कास्ट आयर्नच्या कांस्य वेल्डिंगमध्ये, बेस मेटल तापमानापर्यंत गरम केले जाते ...

A] 300◦C

ब] 650◦C

C] 1000◦C

ड] 1300◦C

64] तांब्याच्या फ्यूजन वेल्डिंगसाठी वापरल्या जाणाऱ्या फिलर रॉडचे नाव सांगा

अ] मँगनीज ब्राँझ रॉड

ब] तांबेचांदीमिश्रधातुरॉड

C] सिलिकॉन ब्राँझ रॉड

ड] शुद्ध तांब्याची काठी

65] 300 मिमी लांब कॉपर बट जॉइंट गॅस वेल्डिंगसाठी आवश्यक विचलन भत्ता...

अ] 1 ते 2 मि.मी

ब] 2 ते 3 मि.मी

क] 3 ते 4 मि.मी

ड] 4 ते 5 मि.मी

66] 4 मिमी जाड कॉपर बट जॉइंट गॅस वेल्डिंगसाठी धार तयार करण्याचा प्रकार आहे ...

अ] सिंगल बेव्हल

ब] एकलव्ही

क] दुहेरी व्ही

ड] चौरस

67] 3.15 मिमी जाडीच्या तांब्याच्या बट जॉइंटच्या कांस्य वेल्डिंगसाठी वापरल्या जाणाऱ्या नोजलचा आकार...

अ] ५

ब] ७

क] १०

ड] १३

68] 3 मिमी जाड ब्रास शीटवर बट जॉइंट वेल्डिंगसाठी आवश्यक फिलर रॉड आकार सांगा

अ] 1.6 मिमी

ब] 2 मि.मी

क] 2.5 मिमी

ड] 3 मिमी

69] 3 मिमी जाड पितळी शीट वेल्डिंगसाठी No] 3 नोजल वापरल्यास जो वेल्ड दोष निर्माण होईल त्याचे नाव द्या

अ] अंडरकट

ब] जाळणे

क] सच्छिद्रता

ड] <u>प्रवेशाचाअभाव</u>

<u>wd Aluminium butt</u>

<u>aluminium butt joint</u> <u>joints</u>

<u>ॲल्युमिनियमबटसंयुक्त</u>

70] गॅस वेल्ड करण्यासाठी वापरल्या जाणाऱ्या नोजलचा आकार 3.15 मिमी जाड ॲल्युमिनियम बट जॉइंट आहे ...

अ] १३

ब] १०

क] ७

ड] <u>5</u>

71] बट जॉइंट म्हणून 2 मिमी जाड स्टेनलेस स्टील शीट वेल्डिंगसाठी वापरल्या जाणाऱ्या नोजलचा आकार...

अ] २

ब] ३

क] ५

ड] ७

72] ॲल्युमिनियमच्या गॅस वेल्डिंगसाठी प्रीहीटिंग तापमानाचे मूल्य काय आहे?

A] 100 ते 120◦C

ब] <u>150 ते 180◦C</u>

C] 180 ते 200◦C

D] 210 ते 250◦C

प्रश्न 5] गॅस वेल्डिंगमध्ये उष्णतेचा स्रोत ________ आहे

अ] व्होल्टेज

ब] थर्मिट

क] <u>वायूचीज्योत</u>

ड] वीज

Q 6] आर्क वेल्डिंगमध्ये खालीलपैकी कोणते उपकरण वापरले जाते?

अ] <u>इलेक्ट्रोडधारक</u>

ब] ऑक्सिजन गॅस सिलेंडर

क] वेल्डिंग ब्लोपाइप

ड] यापैकी नाही

Q 7] खालीलपैकी कोणते उपकरण गॅस वेल्डिंगमध्ये वापरले जाते?

अ] गॅस रेग्युलेटर

ब] ऑक्सिजन गॅस सिलेंडर

क] वेल्डिंग ब्लोपाइप

ड] <u>हेसर्व</u>

Q 8] खालीलपैकी कोणती धातू जोडण्याची प्रक्रिया आहे?

अ] वेल्डिंग

ब] ब्रेझिंग

क] रिव्हटिंग

ड] <u>हेसर्व</u>

प्र 9] खालीलपैकी कोणती पद्धत कायमस्वरूपी सांधे बनवते?

अ] <u>वेल्डिंग</u>

ब] रिव्हटिंग

क] बोल्टिंग

ड] यापैकी नाही

प्रश्न १०] दिलेली उपकरणे ओळखा]

अ] टिप क्लिनर

ब] वेल्डिंग स्क्रीन

C] <u>इलेक्ट्रोडधारक</u>

ड] यापैकी नाही

प्र 11] तटस्थ ज्वालाबद्दल खालीलपैकी कोणते विधान खरे आहे?

अ] संपूर्ण ज्वलन या ज्वालामध्ये होते]

ब] वेल्डिंगसाठी सौम्य स्टील न्यूट्रल फ्लेम वापरली जाते]

C] तटस्थ ज्वालामध्ये दोन झोन असतात]

ड] <u>हेसर्व</u>

प्र 12] कॅल्शियम कार्बाइडच्या पाण्यावर विक्रिया केल्यावर कोणता वायू तयार होतो?

अ] <u>एसिटिलीन</u>

ब] ऑक्सिजन

क] नायट्रोजन

ड] आर्गॉन

प्र 13] सौम्य स्टील वेल्डिंगसाठी कोणत्या प्रकारची ऑक्सि-ऍसिटिलीन ज्योत वापरली जाते?

अ] तटस्थज्योत

ब] ऑक्सिडायझिंग ज्वाला

क] कार्ब्युरिझिंग ज्वाला

ड] अम्लीय ज्वाला

Q 14] खालीलपैकी कोणता ऑक्सि-ऍसिटिलीन ज्वालाचा प्रकार नाही

अ] तटस्थ ज्योत

ब] ऑक्सिडायझिंग ज्वाला

क] कार्ब्युरिझिंग ज्वाला

ड] अम्लीयज्वाला

प्र 15] एसिटिलीन वायूचे रासायनिक सूत्र काय आहे?

अ] सीएच

ब] CH2

C] C2H2

ड] यापैकी नाही

Q 16] चित्रात दर्शविलेल्या ऑक्सि-ऍसिटिलीन वायूच्या ज्वालाचा प्रकार ओळखा]

अ] तटस्थ ज्योत

ब] ऑक्सिडायझिंग ज्वाला

क] कार्ब्युरिझिंगज्वाला

ड] यापैकी नाही

प्र 17] ऑक्सिजन वातावरणात अंदाजे ______% आहे]

अ] ७८

ब] ०]०३

क] २१

ड] ७

Q 18] ऑक्सिजन वायूचे रासायनिक चिन्ह काय आहे?

एसी

ब] सीएच

क] N2

ड] O2

प्र 19] ऑक्सिजन गॅस सिलेंडरचा रंग ______ आहे.

हिरवा

ब] काळा

क] लाल
ड] निळा
प्र 20] गॅस रेग्युलेटरचे काम ______ आहे.
अ] विविध प्रकारच्या ज्वाला मिळवणे
ब] वायूंचे मिश्रण अपेक्षित प्रमाणात मिसळणे
सी] रबरी नळी साफ करण्यासाठी
ड] कामाचादबावसेटकरणे
प्र 21] गॅस वेल्डिंग ब्लोपाइपचे नोजल कोणत्या धातूचे बनलेले असते?
अ] सौम्य पोलाद
ब] तांबे
क] कास्ट लोह
ड] कथील
Q 22] चित्रात दाखवलेली उपकरणे ओळखा]
अ] गॅस रेग्युलेटर
ब] वेल्डिंगब्लोपाइप
क] टिप क्लिनर
ड] स्पार्क फिकट
Q 23] खालीलपैकी कोणता ब्रेजिंगमध्ये फ्लक्स म्हणून वापरला जातो?
अ] बोरॅक्स
ब] बोरिक ॲसिड
क] बोरॅक्सआणिबोरिकॲसिडदोन्ही
ड] यापैकी नाही
Q 24] खालीलपैकी कोणती ज्योत ज्योतीपूर्वी गरम करण्यासाठी योग्य आहे कटिंग?
अ] ऑक्सिडायझिंग ज्वाला
ब] तटस्थज्योत
क] कार्ब्युरिझिंग ज्वाला
ड] यापैकी नाही
प्र 25] गॅस कटिंगमध्ये खूप कमी ऑक्सिजन पुरवठा झाल्यास काय होते?
अ] धातू थंड होईल
ब] केर्फ अरुंद असेल
क] केर्फ रुंद असेल
ड] धातूपूर्णपणेकापणारनाही
Q 26] खालीलपैकी कोणता मॅनिफोल्ड प्रणालीचा प्रकार आहे?

अ] पोर्टेबल

ब] स्थिर

C] पोर्टेबलआणिस्थिरदोन्ही

ड] यापैकी नाही

Q 27] चित्रात दर्शविलेले वेल्डिंग दोष ओळखा]

अ] ओव्हरलॅप

ब] अंडरकट

C] दरार\ दरार

ड] संलयनाचा अभाव

Q 28] गॅस वेल्डिंग दोषाचे नाव सांगा ज्यामध्ये पिनहोल तयार होतात जमा केलेल्या धातूच्या पृष्ठभागावर]

अ] तडा

ब] सच्छिद्रता

क] संलयनाचा अभाव

ड] तपासा आणि विसरा पद्धत

Q 29] खालीलपैकी कोणते उपकरण ऑक्सी-ऍसिटिलीन वायूमध्ये वापरले जाते कटिंग?

अ] स्पार्क फिकट

ब] टिप क्लिनर

क] कटिंग टॉर्च

ड] हेसर्व

Q 30] खालीलपैकी कोणता धातू ऑक्सी ऍसिटिलीन वायूने कापला जाऊ शकतो कापण्याची प्रक्रिया?

अ] सौम्यपोलाद

ब] ॲल्युमिनियम

क] तांबे

ड] हे सर्व

प्लंबर थिअरी लेव्हल-1

प्रश्न 1. खाली दर्शविलेले प्लंबिंग चिन्ह ओळखा.

अ). चेंडू झडप

ब). रिलीफ वाल्व

सी). वाल्व तपासा

डी). पॉवर वाल्व

प्रश्न 2. ____________ साठी थोडा ब्रेस वापरला जातो.

अ). भोक पाडा

ब). छिद्र पाडा

सी). एक भोक धागा

डी). एक भोक दळणे

प्र 3. खाली दिलेल्या आकृतीत दाखवलेल्या साधनाला ____________ म्हणतात.

अ) पाईप रेंच

ब) स्टिलसन रेंच

क) पाईप रेंच आणि स्टिलसन रेंच दोन्ही

ड) पाईप रिंच किंवा स्टिलसन रेंच दोन्हीही नाहीत

Q 4. सोल्डरिंग बिटमध्ये लाकडी हँडलसह लोखंडी रॉडला बांधलेल्या __________ चा तुकडा असतो.

अ). कथील

ब). तांबे

सी). आघाडी

डी). जस्त

प्रश्न 5. नळीच्या टोकाला अनेक मूलभूत फॉर्म लागू केले जाऊ शकतात. खालील आकृतीमध्ये दर्शविलेल्या साधनाचा वापर करून कोणता फॉर्म लागू केला जातो?

अ) कपात

ब) विस्तार

क) भडकणे

ड) बीडिंग

प्रश्न 6. गटार तुंबण्याचे कारण काय?

अ). गाळणे

ब). कमी स्त्राव

सी). घरगुती कचरा मॅनहोलमध्ये टाकला जातो

डी). या सर्व

प्रश्न 7. खाली दिलेली आकृती दर्शवते:-

अ) मजला सापळा

ब) गली ट्रॅप,

क) बाटली सापळा

ड) रोखणारा सापळा

प्रश्न 8. सिंगल स्टॅक कचरा प्रणालीमध्ये ____________.

अ). मातीचा कचरा पाण्यात टाकण्यासाठी वेगळा सोडला जातो

ब). सर्व कचरा एकाच कचरा पाईपमध्ये सोडला जातो

सी). केवळ सांडपाणी सोडले जाते

डी). फक्त मातीचा कचरा सोडला जातो

प्रश्न 9. गुळगुळीत निचरा सुनिश्चित करण्यासाठी किती प्रमाणात दाब आवश्यक आहे?

अ). कमी दाब

ब). उच्च दाब

सी). तो दबावाचा विषय नाही

डी). गुरुत्वाकर्षणाचा विषय आहे

प्र 10. उलट प्रवाह रोखण्यासाठी ड्रेनेज सिस्टीममध्ये स्थापित केलेले उपकरण ___________ आहे.

अ). बॅक फ्लो वाल्व

ब). बॅक-सिफोनेज

सी). बॅकफ्लो प्रतिबंधक

डी). बॅक-व्हेंट पाईप

प्रश्न 11. बिडेट म्हणजे काय?

अ). मलमूत्र अवयव धुण्यासाठी स्वच्छता उपकरण

ब). एक प्रकारचा सापळा

सी). एक प्रकारचा मिक्सिंग टॅप

डी). लघवीचा एक प्रकार

प्रश्न 12. वापरात असलेल्या विविध प्रकारच्या पाण्याच्या साठ्याच्या टाक्या आहेत. जीआय टाक्यांबद्दल काय खरे नाही? अ). हे साधारणपणे आयताकृती किंवा चौरस आकाराचे असते

ब). ते दीर्घकाळ टिकते

सी). ते गंजण्याच्या अधीन आहे

डी). त्याची देखभाल खर्च जास्त आहे

प्रश्न 13. टाइलच्या तीन भिंतींनी वेढलेला टब हे कोणत्या प्रकारच्या टबचे उदाहरण आहे?

अ) संलग्न

ब) वॉक-इन

क) व्हर्लपूल

ड) मुक्त उभे

प्रश्न 14. फ्री स्टँडिंग बेस (खालील आकृती) द्वारे समर्थित बेसिन म्हणतात:-

अ) वॉल हँग बेसिन

ब) काउंटर बेसिनच्या वर

क) पेडेस्टल बेसिन

ड) इनसेट बेसी

प्रश्न 15. "वॉटरलेस युरिनल" बद्दल काय खरे नाही?

अ). त्यात पाणी पिण्यासाठी पाईप नाही

ब). गुरुत्वाकर्षणामुळे मूत्राचा निचरा होतो

सी). आउटफ्लो पाईप नियमित फ्लशिंग सिस्टमशी जोडलेले आहे

डी). तो फ्लश आहे

प्रश्न 16. टॅपला ______________ असेही म्हणतात.

अ). फेसट

ब). फुलर

सी). तोटी

डी). फॉलर

प्रश्न 17. चुकीच्या दिशेने प्रवाह रोखण्यासाठी, आकृतीमध्ये दर्शविलेल्या प्रकाराचा वाल्व वापरला जातो. या वाल्वला काय म्हणतात?

अ). आसन झडप

ब). बटरफ्लाय वाल्व

सी). वाल्व तपासा

डी). ग्लोब वाल्व

प्रश्न 18. यापैकी कोणत्या पाईपमध्ये गळती होऊ शकते?

अ) प्रगत अवस्थेत पाईप्स गंजणे

ब) खराब झालेले सील

क) पाण्याचा जास्त दाब

ड) हे सर्व

प्रश्न 19. कोणत्या प्रकारचे गटार मोठ्या क्षेत्रासाठी आउटलेट म्हणून काम करते?

अ). बाजूकडील गटार

ब). मुख्य गटार

सी). शाखा गटार

डी). स्वतंत्र गटार

प्रश्न 20. यापैकी कोणता बंद झडप म्हणून ओळखला जातो?

अ). एअर रिलीफ वाल्व

ब). स्लुइस वाल्व

सी). प्रेशर रिलीफ वाल्व

डी). उंची झडप

प्रश्न 21. सॅनिटरी ड्रेनेज सिस्टीममधील अस्वास्थ्यकर वायूंच्या सुटकेवर शिक्कामोर्तब करणारा जलस्तंभ आहे:

अ). सायफन पातळी

ब). पाणी सील

सी). एअर लॉक

डी). एअर चेंबर

प्रश्न 22. माती आणि कचरा पाईप आणि जोडणाऱ्या फांद्या हवेशीर करण्यासाठी बसवलेल्या वेंटचा प्रकार आहे:-

अ). लूप व्हेंट

ब). रिलीफ व्हेंट

सी). युनिट व्हेंट

डी). सर्किट व्हेंट

प्र 23. मिक्सिंग टॅपमध्ये, ___________ ला गरम पाण्याचे कनेक्शन दिले जाते.

अ). वापरकर्त्याची उजवी बाजू

ब). वापरकर्त्याची डावी बाजू

सी). वापरकर्त्याची दोन्ही बाजू

डी). वापरकर्त्याची कोणतीही बाजू नाही

प्रश्न 24. सीवेज टर्मिनल ____________ अशी व्याख्या केली जाते.

अ). द्रव आणि घन कचरा दोन्ही प्राप्त करणे

ब). फक्त द्रव कचरा प्राप्त करणे

सी). फक्त घनकचरा प्राप्त करणे

डी). थेट मानवी मलमूत्र प्राप्त करणे

प्रश्न 25. खाली दिलेल्या आकृतीमध्ये ब्लॉक केलेला नाला साफ करण्यासाठी काय वापरले जात आहे?

अ). सिंक पिस्टन

ब). सिंक प्लंगर

सी). बुडणे गळा

डी). सिंक पुशर

प्रश्न 26. गटार टाकल्यानंतर अनेक चाचण्या केल्या जातात. एका चाचणीत एक चेंडू वरच्या बाजूने खाली आणला जातो. या चाचणीला ____________ म्हणतात.

अ). पाणी चाचणी

ब). वायु चाचणी

सी). अडथळा साठी चाचणी

डी). धूर चाचणी

प्र 27. प्रवाहाच्या क्रॉस-सेक्शनमधून एकक वेळेत जाणाऱ्या द्रवाचे प्रमाण असे म्हणतात:-

अ). स्थिर प्रवाह

ब). एकसमान प्रवाह

सी). सतत प्रवाह

डी). डिस्चार्ज

प्र 28. बाहेरील थ्रेडेड टोकांसह पाईप जोडण्यासाठी वापरल्या जाणार्‍या आतील धाग्यांसह लहान पाईप फिटिंग म्हणतात:-

अ). स्तनाग्र

ब). कपलिंग

सी). युनियन

डी). क्रॉस पाईप

प्रश्न 29. खालील आकृतीत दाखविलेल्या हायड्रंटचा प्रकार काय आहे?

अ). फ्लश हायड्रंट

ब). बॅरल हायड्रंट

सी). पोस्ट हायड्रंट

डी). प्लग हायड्रंट

प्रश्न ३०. खाली दाखवलेले चिन्ह ______________ चे आहे.

अ). रिलीफ वाल्व

ब). सुई झडप

सी). बटरफ्लाय वाल्व

डी). गेट वाल्व

प्रश्न 31. जर तुमच्या कपड्यांना आग लागली तर __________ हे महत्वाचे आहे.

अ). ज्वाळांपासून पळून जा

ब). अग्निशामक यंत्र शोधा

सी). थांबा, ड्रॉप करा आणि रोल करा

डी). मदतीची वाट पहा

प्रश्न ३२. पाणीपुरवठ्याची दुहेरी प्रणाली म्हणजे:-

अ). सतत पुरवठा प्रणाली

ब). पंपिंग आणि मधूनमधून प्रणाली

सी). गुरुत्वाकर्षण आणि पंपिंग प्रणाली

डी). गुरुत्वाकर्षण आणि सतत पुरवठा प्रणाली

प्रश्न 33. इलेक्ट्रोलाइटच्या उपस्थितीत एक धातू दुसऱ्याशी विद्युतीय संपर्कात असताना प्राधान्याने क्षरण पावते अशा इलेक्ट्रोकेमिकल प्रक्रियेला म्हणतात:-

अ). इलेक्ट्रोलाइटिकल गंज

ब). विद्युत गंज

सी). गॅल्व्हॅनिक गंज

डी). रासायनिक गंज

Q 34. __________ हातमोजे वापरलेली माती, कचरा प्रणाली आणि स्वच्छताविषयक उपकरणांच्या संपर्कापासून हातांचे संरक्षण करण्यासाठी वापरले जातात.

अ). रबर

ब). सामान्य हेतू

सी). विशेषज्ञ

डी). लोकर

प्रश्न 35. खालील सुरक्षा चिन्ह _____________ साठी वापरले जाते.

अ). आपत्कालीन फोन

ब). उच्च व्होल्टेजचा धोका

सी). प्रथमोपचार स्टेशन

डी). आपातकालीन मार्ग

प्रश्न 36. स्क्राइबर हे ___________ साधन आहे.

अ). चिन्हांकित करणे

ब). मोजमाप

सी). नियोजन

ड) ड्रिलिंग

प्रश्न ३७. खालील प्रकारचे स्पॅनर ओळखा:

अ). समायोज्य स्पॅनर

ब). डबल ओपन-एंडेड स्पॅनर

सी). रिंग स्पॅनर

डी). डबल एंडेड रिंग स्पॅनर

प्र 38. बहिर्मुख झाडामध्ये, पिठाच्या सभोवतालच्या मध्यवर्ती वलयांना ___________ म्हणतात.

अ). हृदय लाकूड

ब). कँबियम थर

सी). कॉर्टेक्स

ड) वार्षिक रिंग

प्रश्न 39. यापैकी कोणते लाकूड दोष लहान असताना झाडामध्ये जास्त दाबल्यामुळे होते?

अ). अस्वस्थ

ब). वारा क्रॅक

सी). शेक

डी). गाठी

Q40. फ्रेट्सॉचा वापर ____________ कापण्यासाठी केला जातो.

अ). तीक्ष्ण आणि बारीक वक्र

ब). लाकडात लहान छिद्रे

सी). सरळ पृष्ठभाग

ड) असमान पृष्ठभाग

Q 41. वेल्डिंगच्या तटस्थ ज्वालामधील आतील शंकू ___________ रंगात असतो.

अ). फिक्का निळा

ब). हलका हिरवा

सी). लाल

ड) तपकिरी

प्र 42. वेल्डिंग ब्लोपाइपमध्ये, येणा-या वायूंच्या प्रवाहाचे कोणते नियमन करते?

अ). झडपा

ब). मिक्सिंग चेंबर

सी). शरीर

डी). टीप

Q 43. सॉफ्ट सोल्डर सहसा _____________ चे मिश्र धातु असतात.

अ). शिसे आणि कथील

ब). तांबे आणि लोखंड

सी). तांबे आणि ॲल्युमिनियम

डी). लोह आणि जस्त

Q 44. __________ ब्रेझिंगमध्ये, एकत्रित केलेले भाग फिलर मेटल वितळण्यासाठी आवश्यक तापमानात ठेवलेल्या फ्लक्स बाथमध्ये बुडविले जातात.

अ). बुडविणे

ब). भट्टी

सी). टॉर्च

डी) इलेक्ट्रिक

Q 45. ____________ हे दगडी बांधकामात वापरण्यात येणारे एक साधन आहे जे समोरासमोरील सांधे गुळगुळीत करण्यासाठी वापरले जाते.

अ). संयुक्त फिलर

ब). बहिरी ससाणा

सी). स्क्वेअर ट्रॉवेल

डी). फावडे

Q 46. ___________ स्थितीत, विटाचा लहान टोक उघडी ठेवून एक वीट सपाट केली जाते.

अ). शीर्षलेख

ब). शिपाई

सी). खलाशी

ड) चमकणारा

Q 47. रॅचेट ब्रेसमध्ये, ब्रेस वळल्यावर _____________ फ्रेमभोवती फिरते.

अ). स्वीप हँडल

ब). शीर्षलेख

सी). चक

ड) बॉल बेअरिंग कप

Q 48. खालील प्रकारचे वाल्व ओळखा:

अ). रिलीफ वाल्व

ब). पॉवर वाल्व

सी). चेंडू झडप

ड) मिक्सिंग वाल्व

Q 49. GI पाईप्सचा यापैकी कोणता वर्ग सर्वात पातळ आहे?

अ). वर्ग अ

ब). वर्ग बी

सी). वर्ग क

ड) वर्ग डी

प्रश्न 50. खालीलपैकी कोणता GI पाईप्सचा फायदा नाही?

अ). खनिज तयार करणे

ब). जलद विधानसभा

सी). उदंड आयुष्य

ड) कणखरपणा

Q 51. HDPE पाईप्स वाहून जाऊ शकतात: 2). रसायने ३). पॉवर केबल्स 4). पाणी 5). संकुचित वायू खालील कोडमधून योग्य उत्तर निवडा.

अ). १,२,३,४,५

ब). १,२,३

सी). ४,५

ड) १,३,५

प्रश्न 52. द्रव प्रवाह एकत्र करण्यासाठी किंवा विभाजित करण्यासाठी ___________ वापरला जातो.

अ). टी

ब). कमी करणारा

सी). युनियन

डी). कपलिंग

प्रश्न ५३. दिलेली आकृती ओळखा:

अ). रेड्यूसर युनियन

ब). महिला टी

सी). महिला संघ

डी). बाहेरील कडा

Q 54. यापैकी कोणते पाईपच्या टोकाला कव्हर करते?

अ). प्लग

ब). स्तनाग्र

सी). कोपर

डी). टी

प्रश्न 55. पाण्यात आढळणारी निलंबित अशुद्धता यापैकी कोणती आहे?

अ). चिकणमाती

ब). सेंद्रिय क्षार

सी). अमिनो आम्ल

डी). जिवाणू

प्रश्न 56. पाण्याच्या हातोड्याला ______________ असेही म्हणतात.

अ). हायड्रॉलिक शॉक

ब). प्लंबरची शक्ती

सी). पाणी साठणे

डी). पाणी गोठणे

प्रश्न 57. _____________ दाब म्हणजे वातावरणाचा दाब आणि निरपेक्ष दाब यांचा फरक.

अ). गेज

ब). स्थिर

सी). विभेदक

डी). व्हॅक्यूम

प्रश्न 58. प्लास्टरिंगच्या कामासाठी यापैकी कोणती वाळू वापरली जाते?

अ). बारीक वाळू

ब). जाड वाळु

सी). रेव वाळू

डी). चिखल वाळू

Q 59. __________ ही झिल्लीची निर्मिती आहे जी पाण्याला c ऑनक्रिटमध्ये प्रवेश करण्यापासून किंवा बाहेर पडण्यापासून रोखण्यासाठी डिझाइन केलेली आहे.

अ). वॉटरप्रूफिंग

ब). प्लास्टरिंग

सी). मॅनहोल

ड) स्लेकिंग

प्रश्न 60. गटारात रिकामे करण्यापूर्वी स्वयंपाकघर आणि स्नानगृहातील सांडपाणी ____________ मध्ये पाईप टाकले जाते.

अ). गल्ली सापळा

ब). सेप्टिक टाकी

सी). मॅनहोल

डी). फैलाव खंदक

प्रश्न 61. ________________ सोबत भिजवणारा खड्डा, डिस्पर्शन ट्रेंच, लीचिंग सेसपूल इत्यादींचा वापर केला जातो.

अ). सेप्टिक टाकी

ब). मॅनहोल

सी). कंक्रीटिंग सिस्टम

डी). मचान

प्रश्न 62. _____________ ही तांबे पाईप जोडण्याची सर्वात सामान्य पद्धत आहे.

अ). ब्रेझिंग

ब). सोल्डरिंग

सी). वेल्डिंग

डी). रिव्हेटिंग

Q 63. पाईप टाकण्यासाठी, खंदकाची रुंदी पाईपच्या दोन्ही बाजूंना ______ ची जागा प्रदान करण्यासाठी असावी.

अ). 300 मिमी

ब). 150 मिमी

सी). 600 मिमी

ड) 750 मिमी

प्रश्न 64. ________________ यांना ओव्हरहेड टँक असेही संबोधले जाते.

अ). एलिव्हेटेड स्टोरेज जलाशय

ब). एचडीपीई टाक्या

सी). GI टाक्या

डी). आरसीसी टाक्या

Q 65. 500 N/m² चा सक्शन प्रेशर बेसिनमधील पाण्याची पातळी _______ ने कमी करेल.

अ) 25 मिमी

ब) 100 मिमी

क) 10 मिमी

ड) 5 मिमी

प्रश्न 66. ड्रेनेज सिस्टीममध्ये _______________ द्वारे अशुद्ध वायू वातावरणात बाहेर पडतात.

अ) व्हेंट पाईप

ब) कचरा पाईप

सी) सेसपूल

ड) अँटी सिफोनेज पाईप

Q 67. दिलेली आकृती ___________ सापळा दर्शवते.\ ि झाला आकृष्ट _____________ ट्रॅप को शिजती है |

अ) प्र

ब) पी

क) आर

ड) एस

Q 68. बागेखालील क्षेत्र ज्यामध्ये पाईप्स आहेत त्याला _______________ म्हणतात.

अ) लीचिंग फील्ड

ब) खेळाचे मैदान

सी) सेसपूल

ड) कचरा पाईप

प्रश्न 69. बाटलीचा सापळा साफ करण्यासाठी, पाईपमध्ये प्रवेश मिळवण्यासाठी ___________________________.

अ) बेस कॅप काढली पाहिजे

ब) बेस कॅप हॅमर केली पाहिजे

क) बेस कॅप तोडली पाहिजे

ड) सर्व फिटिंग्ज हॅमर केल्या पाहिजेत

प्रश्न 70. पाण्याची लाईन आणि सीवर लाईनमधील आदर्श अंतर किती असावे?

अ) 3 मीटरपेक्षा जास्त

ब) 1.5 मीटर

क) '0.5 मीटर

ड) '5 मीटरपेक्षा जास्त

प्रश्न 71. यापैकी कोणता रेन वॉटर हार्वेस्टिंगचा घटक नाही?

अ) खड्डा भिजवा

ब) पाणलोट क्षेत्र

क) वाहतूक व्यवस्था

ड) संकलन साधने

प्रश्न 72. ____________ चा वापर छतावर जमा झालेले पावसाचे पाणी साठवण टाक्यांमध्ये स्थानांतरित करण्यासाठी केला जातो.

अ) वाहतूक व्यवस्था

ब) कंटेनर उघडा

क) बंद कंटेनर

ड) पाणलोट क्षेत्र

प्रश्न 73. पावसाचे पाणी साठवण्याची मर्यादा ____________ आहे.

अ) पावसाची अनिश्चितता

ब) खुल्या कंटेनरचा वापर

सी) डाउन-पाइप फ्लॅपचे ऑटोमेशन

ड) संकलन उपकरणांची उपलब्धता

प्रश्न 74. रेन वॉटर हार्वेस्टिंगमध्ये, डाउन-पाइप फ्लॅपचा वापर ____________ करण्यासाठी केला जातो.

अ) साठवण टाक्यांसाठी निवडकपणे स्वच्छ पाणी गोळा करा

ब) साठवण टाकीमध्ये एकपेशीय वनस्पती वाढण्यास प्रतिबंध करा

क) एक चांगले पाणलोट क्षेत्र प्रदान करा

ड) साठवण टाकीमध्ये डासांची पैदास रोखणे

Q 75. पंप ____________ क्रियेने द्रव हलवतो.

अ) यांत्रिक

ब) इलेक्ट्रिकल

क) रासायनिक

डी) चुंबकीय

प्र 76. परस्पर विस्थापन पंपमधील पाण्याचा मागचा प्रवाह ____________ च्या माध्यमातून रोखला जातो.

अ) झडप

ब) पिस्टन रॉड

सी) बल रॉड

डी) सीलिंग

प्र 77. खालीलपैकी कोणते केंद्रापसारक पंपामध्ये केंद्रापसारक शक्तीद्वारे द्रवपदार्थाला ऊर्जा प्रदान करते?

अ) रोटरी वेन्स

ब) आवरण

सी) बियरिंग्ज

ड) व्हॉल्युट

Q 78. __________ चा वापर इतर कोणत्याही प्रकारच्या पंपापेक्षा खोल विहिरीतून जास्त पाणी काढण्यासाठी केला जातो.

अ) एअर-लिफ्ट पंप

ब) बूस्टर पंप

सी) मोनो-ब्लॉक पंप

ड) रोटरी पंप

Q 79. ______________ हा एक झडप आहे जिथे पूर्ण प्रवाह टेपर्ड प्लगच्या छिद्रातून होतो.

अ) प्लग कॉक

ब) सुई झडप

क) झडप घासणे

ड) ड्रेन वाल्व

प्रश्न 80. बिल्डिंग ड्रेन व्हेंटिलेटिंग पाईपचा व्यास ______________ पेक्षा कमी नसावा.

अ) 75 मिमी

ब) 100 मिमी

क) 20 मि.मी

ड) 5 मिमी

Q 81. इमारतीमध्ये Q-trap _______________ मध्ये वापरला जात नाही.

अ) तळमजला

ब) पहिला मजला

क) दुसरा मजला

ड) तिसरा मजला

प्रश्न 82. ________________ हा इमारतीतील सांडपाण्याचा एक साधा संकलन बिंदू आहे.

अ) सेसपूल

ब) सापळा

क) व्हेंट पाईप

ड) हॉपर

प्रश्न 83. विशिष्ट उष्णता क्षमता ______________ च्या बाबतीत सर्वाधिक आहे.

अ) पाणी

ब) जस्त

क) तेल

ड) स्टील

प्रश्न 84. दबाव नसलेल्या प्रकारच्या वॉटर हीटरमधील उष्णतेची तीव्रता ____________ चे नियमन करून नियंत्रित केली जाते.

अ) 'इनलेटवर स्टॉप व्हॉल्व्ह

ब) आउटलेट तापमान

सी) इनलेट तापमान

ड) 'पुरवठा

प्रश्न 85. खालीलपैकी कोणते तापमान एका विशिष्ट मूल्यावर सेट करते जेणेकरून पाणी त्या मूल्यापेक्षा जास्त गरम होणार नाही?

अ) थर्मोस्टॅट

ब) थर्मोकूपल

क) थर्मामीटर

डी) रेडिएटर

प्रश्न ८६. यापैकी कोणते गिझर बंद करून ऊर्जा वाचवते आणि जळण्यापासून संरक्षण करते?

अ) ऑटो कट

ब) सुरक्षा झडप

सी) थर्मोस्टॅट

ड) फ्यूसिबल प्लग

प्रश्न ८७. सोलर वॉटर हीटिंगच्या संदर्भात, ETC म्हणजे ______________.

अ) इव्हॅक्युएटेड ट्यूब कलेक्टर्स

ब) अंदाजे वेळ कलेक्टर्स

क) अचूक वेळ संग्राहक

ड) अतिरिक्त ट्यूब कलेक्टर्स

प्रश्न 88. सोलर हीटिंग सिस्टममध्ये लहान टाक्यांसाठी खालीलपैकी कोणता वापर केला जातो?

अ) सौम्य स्टील

ब) तांबे

क) कास्ट लोह

ड) झिंक

प्रश्न 89. एसी पाईप्सच्या निर्मितीमध्ये यापैकी कोणता वापरला जात नाही?

अ) चिकणमाती

ब) सिलिका

सी) पोर्टलँड सिमेंट

ड) एस्बेस्टोस फायबर

प्रश्न 91. ______________ सांधे सार्वत्रिक सांधे म्हणूनही ओळखले जातात.

अ) लवचिक

ब) कॉलर

क) खोबणी

ड) युनियन

प्रश्न 92. _____________ तपासण्यासाठी मिरर टेस्ट आणि बॉल टेस्ट केली जाते.

अ) पाईप्सचे संरेखन

ब) पाईप जोड्यांची अचूकता

सी) पाईप वाकणे

डी) पाईप्सच्या आतील पृष्ठभागाची गुळगुळीतता

प्रश्न 93. स्टफिंग बॉक्सच्या स्क्रूभोवती पाणी वाहण्याचे खालीलपैकी कोणते कारण आहे?

अ) ग्रंथी नट सैल आहे

ब) स्टफिंग बॉक्स पॅकिंग कोरडे आहे

क) स्पिंडल वाकलेला आहे

ड) स्पिंडल धागा खराबपणे जीर्ण झाला आहे

प्र 94. दिलेले प्लंबिंग चिन्ह ______________ दर्शवते.

अ) थंड पाणी

ब) व्हेंट लाइन

क) गॅस पाईप

ड) गरम पाणी

प्र 95. अंमलबजावणी दरम्यान, पाईप्सचे तोंड _____________ टाळण्यासाठी रिकाम्या गोण्यांनी झाकले पाहिजे.

अ) अडथळा

ब) गळती

सी) दुर्गंधी

ड) डास

स्तर 1 उत्तर की

Level 1 Answer Key

Question No.	Option
1	B
2	A
3	C
4	B
5	C
6	D
7	B
8	B
9	D
10	A
11	A
12	B
13	A
14	C
15	D
16	C
17	C
18	D
19	B

Question No.	Option
46	A
47	A
48	A
49	A
50	A
51	A
52	A
53	A
54	A
55	A
56	A
57	A
58	A
59	A
60	A
61	A
62	A
63	A
64	A

Question No.	Option
91	A
92	A
93	A
94	A
95	A

20	B
21	B
22	B
23	B
24	B
25	B
26	C
27	D
28	B
29	C
30	A
31	C
32	C
33	C
34	A
35	A
36	A
37	A
38	A
39	A
40	A
41	A
42	A
43	A
44	A
45	A

65	A
66	A
67	A
68	A
69	A
70	A
71	A
72	A
73	A
74	A
75	A
76	A
77	A
78	A
79	A
80	A
81	A
82	A
83	A
84	A
85	A
86	A
87	A
88	A
89	A
90	A

प्लंबर थिअरी लेव्हल-2

प्र 1. हा पाईपचा एक छोटा स्टब आहे ज्यामध्ये प्रत्येक टोकाला बाह्य पुरुष पाईप धागे असतात आणि दोन इतर फिटिंग्ज जोडण्यासाठी वापरले जातात. त्याला __________ म्हणतात.

अ) प्लग

ब) स्तनाग्र,

क) कॅप

ड) युनियन

प्रश्न 2. खाली दिलेल्या आकृतीमध्ये, आयटम ‘3’ ला ____________ म्हणतात.

अ) ELL

ब) टीईई

क) रेड्युसर

ड) कोपर

प्रश्न 3. पीव्हीसी पाईप्सबद्दल कोणते विधान खरे नाही?

अ). ते वजनाने हलके असते

ब). ते गंजविरहित आहे

सी). हे सीआय पाईप्सपेक्षा स्वस्त आहे

डी). ते गरम पाणी वाहून नेण्यासाठी वापरले जाऊ शकते

Q 4. GI पाईप्स हे ________ चे संरक्षणात्मक आवरण असलेले स्टील पाईप्स आहेत.

अ). आघाडी

ब). जस्त

सी). कथील

डी). सुरमा

प्रश्न 5. एसिटिलीन वायू पाण्याच्या __________ च्या अभिक्रियाने तयार होतो.

अ). कॅल्शियम क्लोराईड

ब). कॅल्शियम कार्बाइड

सी). कॅल्शियम कार्बोनेट

डी). कॅल्शियम बायकार्बोनेट

प्र 6. विरघळलेले एसिटिलीन __________ असलेल्या सिलेंडरमध्ये साठवले जाते.

अ). रॉकेल

ब). विरघळणारे तेल

सी). एसीटोन

डी). खनिज तेल

प्रश्न 7. खाली दर्शविल्याप्रमाणे वेल्डिंग चार स्थितीत करता येते. या स्थानांना डावीकडून उजवीकडे योग्य क्रमाने नावे द्या.

अ) क्षैतिज; फ्लॅट; उभ्या; ओव्हरहेड

ब) सपाट; क्षैतिज; उभ्या; ओव्हरहेड

क) सपाट; आडवा; ओव्हरहेड; उभ्या

ड) क्षैतिज; उभ्या; ओव्हरहेड; फ्लॅट

प्रश्न 8. सर्वात सामान्य सोल्डर हे कथील आणि शिसे यांचे मिश्रण आहे. कोणत्या टिन/लीडच्या मिश्रणाचा वितळण्याचा बिंदू सर्वात कमी आहे?

अ) 40% टिन/60% शिसे

ब) 50% कथील / 50% शिसे

क) 60% कथील / 40% शिसे

ड) 63% कथील / 37% शिसे

प्रश्न 9. खाली दिलेल्या आकृतीत दाखवलेल्या बाँडचा प्रकार काय आहे?

अ). स्ट्रेचर बाँड

ब). इंग्रजी बंधन

सी). फ्लेमिश बाँड

डी). सैनिक बंधन

प्र 10. विटेचा आकार __________ आहे.

अ). 228 × 107 × 69 मिमी

ब). 228 × 117 × 69 मिमी

सी). 238 × 107 × 69 मिमी

डी). 228 × 107 × 79 मिमी

प्रश्न 11. खालील आकृतीत दाखवलेले एक साधन आहे जे गवंडी वापरतात. त्याला ___________ म्हणतात.

अ) ट्रॉवेल

ब) मोर्टार पॅन

क) हॉक

ड) फिलर

प्रश्न 12. घंटा-प्रकारच्या कुंडाबद्दल काय खरे नाही?

अ). हे साखळीद्वारे चालवले जाते

ब). या प्रणालीमध्ये सिफोनिक क्रिया तयार केली जाते

सी). अतिशय शांत प्रणाली आहे

डी). जेव्हा साखळी ओढली जाते तेव्हा एक घंटा उचलली जाते

प्रश्न 13. मोर्टार तयार करण्यासाठी मार्गदर्शक तत्त्वे _________ मध्ये दिली आहेत.

अ). IS 4455

ब). IS 2250 - 1981

सी). IS 3350 - 1981

डी). IS 5567

प्रश्न 14. मोर्टार फायर-प्रूफ करण्यासाठी काय जोडले जाते?

अ). जिप्सम

ब). एस्बेस्टोस सिमेंट

सी). पावडर काच

डी). अल्युमिनियस सिमेंट

प्रश्न 15. वीट दगडी बांधकामात यापैकी काय टाळावे?

अ). क्षैतिज सांधे

ब). राणी जवळ

सी). वीट बॅट

डी). उभ्या सांधे

प्रश्न 16. खाली दिलेल्या आकृतीत दाखवलेले बंध ओळखा.

अ) सैनिक बाँड

ब) हेरिंगबोन बाँड

क) सिंगल फ्लेमिश बाँड

ड) डबल फ्लेमिश बाँड

प्रश्न 17. खाली दिलेल्या आकृतीत काय दाखवले आहे ते ओळखा.

अ) राणी जवळ

ब) बेवेल जवळ

क) Mitred जवळ

ड) राजा जवळ

प्रश्न 18. पीव्हीसी प्लगचा वापर ____________ करण्यासाठी केला जातो.

अ). वेगवेगळ्या व्यासाचे पाईप्स कनेक्ट करा

ब). दोन पाईप लाईन जोडा

सी). लहान व्यासाचे पाईप्स सील करा

डी). पाईप लाईनचे टोक सील करा

प्रश्न 19. कोणत्या पाईप फिटिंगमुळे दोन पाईप्सची सामग्री एका पाईपमध्ये एकत्र येऊ शकते?

अ). बाजूकडील

ब). फुली

सी). कोपर

डी). परत वाकणे

प्र 20. ट्यूब बेंडिंगसाठी पद्धतीची निवड __________ वर अवलंबून असते.

अ). ट्यूबचा व्यास

ब). ट्यूबची भिंत जाडी

सी). किमान बेंड त्रिज्या आवश्यक

डी). या सर्व

प्रश्न 21. खाली दिलेल्या आकृतीत ट्यूब वाकण्याची पद्धत काय आहे?

अ) रोटरी ड्रॉ वाकणे

ब) राम वाकणे

क) कम्प्रेशन वाकणे

ड) रोल वाकणे

प्रश्न 22. यापैकी कोणते विधान सत्य नाही?

अ). सीवर पाईप्समध्ये योग्य अंतराने मॅनहोल दिले जातात

ब).. ड्रेनेज डिस्चार्ज वाहून नेण्यासाठी गटारांमध्ये कॅच बेसिन दिले जातात

सी). सर्वसाधारणपणे सर्व गटारांमध्ये इनलेट दिले जातात

डी). यापैकी काहीही नाही

प्रश्न 23. एस्बेस्टोस सिमेंट पाईप्स साधारणपणे ____________ घातले जातात.

अ). आडवे

ब). उभ्या

सी). 30 अंशांच्या कोनात

डी). 60 अंशांच्या कोनात

प्रश्न 24. ____________ काढण्यासाठी पाण्याचे क्लोरीनेशन केले जाते.

अ). बॅक्टेरिया

ब). निलंबित ठोस

सी). गाळ

डी). कडकपणा

प्रश्न 25. सांडपाण्यातील वंगण आणि तेल काढून टाकण्याला _________ म्हणतात.

अ). स्क्रीनिंग

ब). फिल्टरिंग

सी). स्किमिंग

डी). बायपास

प्रश्न 26. कोणत्या वायूमुळे गटारांमध्ये स्फोट होऊ शकतो?

अ). कार्बन मोनॉक्साईड

ब). कार्बन डाय ऑक्साइड

सी). मिथेन

डी). अमोनिया

Q 27. रॅचेट ब्रेसची चौकट __________ या अक्षरासारखी असते.

अ). एल,

ब). क,

सी). U,

डी). ओ,

प्रश्न 28. खालील आकृती तीन प्रकारचे सापळे दाखवते. त्यांना डावीकडून उजवीकडे क्रमाने नाव द्या.

अ). पी - सापळा; वाई - सापळा; एस - सापळा,

ब). पी - सापळा; प्रश्न - सापळा; आर - सापळा

सी). एल - सापळा; प्रश्न - सापळा; एस - सापळा

डी). पी - सापळा; प्रश्न - सापळा; एस - सापळा

प्र 29. खालील आकृती ड्रेन पाईप दाखवते. ड्रेन पाईपचा सर्वात कमी बिंदू ('B' चिन्हांकित) जेथे द्रव सर्वात खोल असतो त्याला ____________ म्हणतात.

अ) उलटा

ब) क्लीनकट

क) बॅटरी

ड) पडणे

प्रश्न३०. प्लंबिंगच्या संदर्भात वापरले जाते तेव्हा, 'DWV' म्हणजे काय?

अ) ड्रेन-वेस्ट-व्हेंट

ब) डॅम-वॉटर-व्हॉल्व्ह

क) ओलसर-कचरा-व्हेंटिलेशन

ड) सुका-कचरा-वाल्व्ह

प्रश्न 31. पाणी वितरणाची वृक्ष प्रणाली ___________.

अ). तुलनेने खर्चिक आहे

ब). अनेक वाल्व आहेत

सी). डिस्चार्ज आणि दाब निश्चित करणे कठीण करते

डी). पाणी साचण्यास कारणीभूत ठरते

प्रश्न 32. हवेच्या अभिसरणासाठी भारदस्त साठवण जलाशयात काय दिले जाते?

अ). ओव्हरफ्लो पाईप

ब). फ्लोट गेज

सी). व्हेंटिलेटर

डी). मॅनहोल

प्रश्न 33. खाली दिलेल्या आकृतीत दाखवल्याप्रमाणे पाणीपुरवठा वितरण प्रणालीला नाव द्या.

अ). डेड एंड सिस्टम

ब). रेडियल प्रणाली

सी). ग्रिड लोह प्रणाली

डी). रिंग प्रणाली

Q 34. अक्षीय प्रवाह केंद्रापसारक पंप ___________ द्वारे वैशिष्ट्यीकृत आहेत.

अ). उच्च प्रवाह आणि कमी दाब

ब). कमी प्रवाह आणि उच्च दाब

सी). उच्च प्रवाह आणि उच्च दाब

डी). कमी प्रवाह आणि कमी दाब

प्रश्न 35. पाईप तयार करण्यासाठी अनेक प्लास्टिक सामग्री वापरली जाते. कोणती सामग्री लवचिक प्रकारची आहे?

अ). पॉलीब्युटीलीन (पीबी)

ब). पॉलीविनाइल क्लोराईड (पीव्हीसी).

सी). क्लोरीनेटेड पॉलीविनाइल क्लोराईड (CPVC).

डी). या सर्व

प्रश्न 36. पाईप्ससाठी कोणते साहित्य वापरले जाते जे कचरा उचलतात?

अ). स्टेनलेस स्टील

ब). तांबे

सी). सिरॅमिक

डी). प्लास्टिक

प्रश्न 37. यापैकी कोणत्या केंद्रापसारक पंपाचा वेग इतरांपेक्षा जास्त आहे?

अ). अक्षीय प्रवाह

ब). रेडियल प्रवाह

सी). मिश्र प्रवाह

डी). सर्व केंद्रापसारक पंपांचा वेग समान असतो

प्रश्न 38. पाइपलाइनमधील गळती शोधण्याच्या वेगवेगळ्या पद्धती आहेत. खालील चित्रात दाखवल्याप्रमाणे कोणती पद्धत वापरली जात आहे?

अ) इलेक्ट्रॉनिक लीक डिटेक्टर वापरून

ब) साउंडिंग रॉड वापरून

क) किरणोत्सर्गी समस्थानिकांचा वापर करून

ड) व्हिज्युअल तपासणी करून

Q 39. गळती शोधण्यासाठी रेडिओ समस्थानिक वापरण्याचे उदाहरण कोणते आहे?

अ). सोडियम 6

ब). सोडियम १२

सी). सोडियम १८

डी). सोडियम 24

प्रश्न 40. खाली दिलेली आकृती ___________ दर्शवते.

अ). गळतीच्या आवाजाची तीव्रता पाण्याच्या दाबाच्या थेट प्रमाणात असते

ब). गळतीच्या आवाजाची तीव्रता पाण्याच्या दाबाच्या व्यस्त प्रमाणात असते

सी). गळतीच्या आवाजाची तीव्रता एका मर्यादेपर्यंत पाण्याच्या दाबाच्या थेट प्रमाणात असते

डी). गळतीच्या आवाजाची तीव्रता एका मर्यादेपर्यंत पाण्याच्या दाबाच्या व्यस्त प्रमाणात असते

Q 41. जेव्हा पाण्याच्या पंपातील इनलेट प्रेशर डिझाईन केलेल्या स्पेसिफिकेशनच्या खाली येतो तेव्हा काय होते ते खालील आकृतीत दाखवले आहे. बाष्प फुगे तयार होण्याच्या आणि नंतर कोसळण्याच्या प्रक्रियेला म्हणतात:-

अ). लाट

ब). पोकळ्या निर्माण होणे

सी). सक्शन

डी). हातोडा

प्रश्न 42. सेप्टिक टाकीतील सांडपाण्याची विल्हेवाट __________ द्वारे केली जाते.

अ). स्पष्ट करणारा

ब). खड्डा भिजवावा

सी). एरेटेड लेगून

डी). दिव्याची छिद्रे

Q 43. यापैकी कोणता व्हॉल्व्ह मेनच्या शेवटच्या टोकावर किंवा सर्वात कमी बिंदूवर ठेवला जातो आणि पाइपलाइनमध्ये जमा झालेली वाळू किंवा गाळ काढण्यासाठी प्रदान केला जातो?

अ). झडप घासणे

ब). रिफ्लक्स वाल्व

सी). उंची झडप

डी). स्लुइस वाल्व

प्रश्न 44. पावसाचे पाणी गटारात सोडल्यास ते ____________ पूर्वी जोडले जाते.

अ). मॅनहोल

ब). चेंबर

सी). गल्ली सापळा

डी). वाकणे

Q 45. मोठ्या सेप्टिक टॅंकचा एक चेंबर जो पूर्वनिर्धारित प्रमाणात जमा झाल्यावर मोठ्या प्रमाणात सांडपाणी आपोआप सोडण्यासाठी सायफोनिक क्रिया वापरतो:-

अ). निचरा फील्ड

ब). सांडपाणी उपचार कक्ष

सी). सीपेज खड्डा

डी). डोसिंग चेंबर

Q 46. खालील आकृती एक कास्ट आयर्न बेल-प्रकारचे टाके दाखवते. ते आतमध्ये ___________ ने रंगवलेले आहे.

अ). पांढरा पेंट

ब). पिवळा पेंट

सी). काळा बिटुमिनस पेंट

डी). क्रीम पेंट

प्रश्न 47. यांत्रिक सील असलेल्या पंपाने ग्रंथीमध्ये एक गळती विकसित केली आहे. याचे कारण काय असू शकते?

अ). पंप पॅकिंग अयशस्वी झाले आहे ज्यामुळे पाणी हळूहळू बाहेर पडू शकते

ब). पंप कोरडे पडून सीलचे चेहरे खराब झाले

सी). यांत्रिक सीलसाठी हे सामान्य ऑपरेशन आहे

डी). जेव्हा सील स्प्रिंग स्थापित केले गेले, तेव्हा ते सीलच्या दोन भागांमध्ये दबाव टाकून पाणी बाहेर पडू देते

प्रश्न 48. गरम पाण्याची गरम पाण्याची टाकी भरली जात असताना, तुम्ही ___________ पाहिजे.

अ). ते स्वच्छ करा

ब). हवेची टाकी शुद्ध करा

सी). संडासात पाणी टाका

डी). यापैकी काहीही नाही

प्र 49. पंप डिस्चार्जपासून पाण्याच्या स्तंभाच्या उभ्या अंतराला काय म्हणतात?

अ). डोके गळणे

ब). घर्षण डोके

सी). गुरुत्वाकर्षण डोके

डी). दबाव डोके

प्रश्न 50. विरघळणारे पदार्थ म्हणजे कचऱ्यातील जीवाणूंच्या जैविक क्रियेनंतरचे अंतिम उत्पादन आणि जे सेप्टिक टाकीच्या तळाशी स्थिरावते त्याला म्हणतात:-

अ). घाण

ब). स्लेज

सी). गाळ

डी). धुके

प्रश्न ५१. गोठण्याच्या प्रक्रियेत जेलीसारखा पदार्थ तयार होतो:-

अ). घाण

ब). स्लेज

सी). फ्लो

डी). तुरटी

प्रश्न 52. 100 मिमी व्यासाचा पाईप टाकण्यासाठी, स्थिर परिस्थिती सुनिश्चित करण्यासाठी खंदकाची रुंदी (खाली दिलेल्या आकृतीत 'डब्ल्यू') किती असावी?

अ). 200 मिमी

ब). 300 मिमी

सी). 400 मिमी

डी). 600 मिमी

प्रश्न 53. पंप चालू असताना त्याची कोणती देखभाल करता येते?

अ). स्नेहन इंपेलर पंख

ब). घट्ट पॅकिंग नट्स

सी). सील भाग बदलणे

डी). पॅकिंग बदलत आहे

प्रश्न 54. सीवर लाईनमध्ये सहज स्व-स्वच्छतेसाठी, 150 मिमी व्यासाच्या पाईपसाठी, किमान ग्रेडियंट/उतार असावा:-

अ). 25 मध्ये 1

ब). 50 मध्ये 1

सी). 75 मध्ये 1

डी). 100 मध्ये 1

प्रश्न ५५. यापैकी कोणता थर्मोस्टॅटचा प्रकार नाही?

अ). द्विव-धातु प्रकार

ब). बुध विस्तार प्रकार

सी). इलेक्ट्रॉनिक प्रकार

डी). यापैकी काहीही नाही

प्रश्न 56. पाण्याचा साठा प्रकाशाच्या संपर्कात आल्यावर तयार होणाऱ्या वनस्पतींच्या प्रकाराला म्हणतात:-

अ). सेप्टिक स्कम

ब). स्लेज

सी). तलावातील घाण

डी). फ्लो

प्रश्न 57. गरम पाण्याच्या प्रणालीमध्ये सिलेंडर आणि बॉयलरवर विस्तार/व्हेंट पाईप्स स्थापित केले जातात कारण ते ____________ असतात.

अ). एअर लॉक प्रतिबंधित करा

ब). चुना तयार करणे थांबवा

सी). थंड पाणी पुरवठा करा

डी). जादा वाफ आणि पाणी सोडा

प्रश्न 58. ऑटोकॅडमध्ये मेकॅनिकल ड्रॉइंग सेट करताना, कोणती युनिट्स सेट करावीत?

अ). अपूर्णांक

ब). दशांश

सी). आर्किटेक्चरल

डी). मेट्रिक

प्रश्न 59. सापेक्ष समन्वय प्रणाली वापरून रेषा काढताना यातून एक रेषा तयार केली जाते:-

अ). ०, ०,

ब). शेवटच्या ओळीचा शेवटचा बिंदू

सी). शेवटच्या ओळीचा सुरुवातीचा मुद्दा

डी). यापैकी काहीही नाही

प्रश्न 60. फिटिंगसह पीव्हीसी पाईप्स जोडण्यासाठी कोणते जॉइनिंग कंपाऊंड वापरले जाते?

अ). इपॉक्सी

ब). दिवाळखोर सिमेंट

सी). सरस

डी). चिकट फवारणी

प्रश्न 61. प्लंबिंग सिस्टीममधील सर्व पाईप्सची स्थापना निर्दिष्ट करण्यासाठी कंस्ट्रक्शन इंडस्ट्रीमध्ये वापरली जाणारी संज्ञा आहे:-

अ). रफिंग-इन

ब). प्लंबिंग लेआउट

सी). पाइपिंग नेटवर्क

डी). पाइपिंगची कामे

प्रश्न ६२. भूगर्भात वापरलेला पंप __________ आहे.

अ). परस्पर पंप

ब). रोटरी पंप

सी). पाणबुडी पंप

डी). गियर पंप

Q 63. पाईप भिंतीत घुसलेल्या छिद्राला झाकून टाकणारा ट्रिमचा तुकडा (खालील आकृतीत 'A' चिन्हांकित) याला म्हणतात:-

अ). पट्टा

ब). Escutcheon

सी). पट्टी

डी). फ्लॅट

प्रश्न 64. अनियमितपणे वाढणाऱ्या शहरासाठी योग्य असलेली पाणी वितरण व्यवस्था अशी आहे:-

अ). वृक्ष व्यवस्था

ब). रेडियल प्रणाली

सी). ग्रिड लोह प्रणाली

डी). रिंग प्रणाली

प्रश्न 65. नवीन स्थापित केलेली पाणी प्रणाली लीक प्रूफ आहे की नाही हे निर्धारित करण्यासाठी कोणती चाचणी वापरली जाते?

अ). दबाव चाचणी

ब). हायड्रोलिक चाचणी

सी). हायड्रोस्टॅटिक चाचणी

डी). वायवीय चाचणी

Q 66. पाइपलाइनमध्ये रस्ता ओलांडण्यासाठी कोणत्या प्रकारच्या पाईपचा वापर केला जातो?

अ). एसी पाईप

ब). पितळी पाईप

सी). सीआय पाईप

डी). सीसीआर पाईप

प्रश्न 67. खालीलपैकी कोणते काम प्लंबरद्वारे केले जात नाही?

अ). बेडरूममध्ये पंखा बसवणे

ब). स्वच्छता प्रणाली दुरुस्त करणे

सी). फिटिंग बाथरूम

ड) पाण्याच्या पाइपलाइन दुरुस्त करणे

प्रश्न 68. ____________ मुळे निर्माण झालेल्या आगीसाठी ड्राय पावडर अग्निशामक यंत्रे वापरली जाऊ शकत नाहीत.

अ). स्वयंपाक तेल आणि चरबी

ब). विद्युत उपकरणे

सी). ज्वलनशील द्रव

डी). लाकूड किंवा कागद

69. ड्रिलिंग ऑपरेशन्ससाठी पाईप्स ठेवण्यासाठी ____________________ वापरतात.

अ). व्ही-ब्लॉक्स

ब). मध्यभागी पंच

सी). पृष्ठभाग गेज

ड) हातोडा

प्रश्न 70. खालीलपैकी कोणते हाताचे साधन एखाद्या वस्तूला धक्का देते?

अ). हातोडा

ब). पक्कड

सी). कोन प्लेट

ड) छिन्नी

प्रश्न 71. खालील दगडी बांधकाम साधन ओळखा

अ). पिकॅक्स

ब). फावडे

सी). कुदळ

ड) ट्रॉवेल

प्रश्न 72. यापैकी कोणते उपकरण दगडी बांधकामातील लंबवतपणा निश्चित करते?

अ). प्लंब बॉब

ब). आत्मा पातळी

सी). एजर

ड) फ्लोट

Q 73. ____________ स्थितीत, विटाचा लहान टोक उघडी ठेवून एक वीट सपाट केली जाते.

अ). शीर्षलेख

ब). शिपाई

सी). खलाशी

ड) चमकणारा

प्रश्न 74. सामान्य सिमेंटला ______________सिमेंट असेही म्हणतात.

अ). पोर्टलँड

ब). स्वित्झर्लंड

सी). आयर्लंड

डी). इंग्लंड

प्रश्न 75. दंडगोलाकार वर्कपीसवरील बाह्य धागे कापण्यासाठी खालीलपैकी कोणता वापरला जातो?

अ). थ्रेडिंग डाय

ब). रॅचेट ब्रेस

सी). बिट ब्रेस
डी). पाईप पाना
Q 76. __________ जप्त केलेल्या सांध्यांसाठी उपयुक्त आहेत.
अ). ऑफसेट पाना
ब). पाईप रिंच समाप्त करा
सी). वेगवान पकड पाना
डी). साखळी पाईप रिंच
Q 77. दिलेले चित्र a____________ दर्शवते.
अ). बॉक्स स्पॅनर
ब). समायोज्य पाना
सी). पट्टा पाना
डी). टॉर्क स्पॅनर
Q 78. GI पाईप्सचे वर्ग C पाईप ओळखण्यासाठी __________ रंगात चिन्हांकित केले जातात.
अ). लाल
ब). निळा
सी). पिवळा
ड) हिरवा
प्रश्न 79. पीव्हीसी पाईप्सच्या तुलनेत CPVC पाईप्स ____________ डक्टाइल असतात.
अ). अधिक
ब). कमी
सी). तितकेच
ड) कमी किंवा तितकेच
Q 80. दिलेल्या चिन्हामध्ये खालीलपैकी कोणते पाइपिंग चिन्ह चित्रित केले आहे?
अ). वेंट लाइन
ब). थंड पाण्याची ओळ
सी). गरम पाण्याची लाइन
डी). कचरा ओळ
प्रश्न 80. क्रॉस फिटिंगला __________ फिटिंग्ज असेही म्हणतात.
अ). 4-मार्ग
ब). 2-मार्ग
सी). 6-मार्ग
डी). 9-मार्ग

प्रश्न 82. पाणी ___________ चे बनलेले आहे.

अ). ऑक्सिजन आणि हायड्रोजन

ब). हायड्रोजन आणि क्लोरीन

सी). क्लोरीन आणि ऑक्सिजन

डी). हेलियम आणि ऑक्सिजन

प्र 83. रिव्हर्स ऑस्मोसिस ही ___________ प्रक्रिया आहे.

अ). पाणी शुद्धीकरण

ब). रेफ्रिजरेटिंग

सी). वातानुकुलीत

डी). पाणी अशुद्धी

प्रश्न 84. सांडपाण्याचा निचरा करण्यासाठी सर्व मृत टोकांवर _________ प्रदान केले जातात.

अ). ब्लो-ऑफ वाल्व्ह

ब). स्टॉपकॉक

सी). प्लग कॉक

डी). सुई झडप

प्रश्न 85. खालील आकृती ___________ वाल्व दर्शवते.

अ). चेंडू

ब). बॉल चेक

सी). हवा आराम

ड) एअर इनलेट

प्रश्न 86. ____________पाणी वितरण प्रणाली जुन्या शहरांसाठी योग्य आहे ज्यात रस्त्यांचा कोणताही निश्चित नमुना नाही.

अ). झाड

ब). रेडियल

सी). ग्रिड

ड) रिंग

प्रश्न 87. ___________ ड्रेनेज सिस्टीममध्ये, वॉशबेसिन, सिंक, बाथ आणि WC कचरा यातील सर्व कचरा एकाच मोठ्या बोअरच्या उभ्या प्रणालीमध्ये टाकला जातो.

अ) सिंगल स्टॅक

ब) अर्धवट हवेशीर सिंगल स्टॅक

क) एक पाईप

ड) दोन पाईप

प्रश्न 88. ड्रेनेज सिस्टीममध्ये सक्शन प्रेशर विकसित झाल्यास यापैकी कोणते उद्भवते?

अ) प्रेरित सायफोनेज

ब) बॅकप्रेशर

क) सापळा

ड) स्वयं-सिफोनेज

प्रश्न 89. सेसपूलबाबत खालीलपैकी कोणते विधान सत्य नाही?

अ) ते सांडपाण्यावर प्रक्रिया करते

ब) ते सांडपाणी गोळा करते

क) ते जमिनीच्या पातळीच्या खाली स्थित आहे

ड) ते मॅनहोलने झाकलेले आहे

प्रश्न 90. गुदमरलेले शौचालय अनेकदा __________________ वापरून साफ केले जाते.

अ) कूपर्स प्लंजर

ब) पंप प्लंगर

क) सिंक प्लंगर

ड) पॉवर प्लंगर

प्रश्न 91. आकृतीमध्ये दर्शविलेल्या पंपाचा प्रकार ओळखा:

अ) रोटरी पंप

ब) परस्पर पंप

क) केंद्रापसारक पंप

ड) बूस्टर पंप

प्र 92. अक्षीय प्रवाह केंद्रापसारक पंप _________प्रवाह आणि _________दाब द्वारे वैशिष्ट्यीकृत आहेत.

अ) उच्च, कमी

ब) उच्च, उच्च

क) कमी, कमी

ड) कमी, उच्च

प्र 93. पंपातून अडकलेली हवा काढून ती पूर्णपणे पाण्याने भरण्याची प्रक्रिया काय आहे?

अ) प्राइमिंग

ब) आवरण

क) टॅपिंग

ड) बूस्टिंग

प्र 94. खालीलपैकी कोणत्या पर्यायाचे चिन्ह खाली चित्रित केले आहे?

अ) पाईप खाली वळते

ब) वॉटर हीटर बंद

क) पाईप वर वळते

ड) साफ करणे

प्रश्न 94. विशेषत: आग लागल्यास यापैकी कोणते आउटलेट पाण्याच्या पाईपमध्ये दिले जाते?

अ) फायर हायड्रंट

ब) स्टॉपकॉक

क) पाणी मीटर

ड) झडप घासणे

प्र 95. पोस्ट हायड्रंट जमिनीच्या पातळीच्या वर ____________ प्रक्षेपित राहते.

अ) 60 सेमी-90 सेमी

ब) 10 सेमी-25 सेमी

क) 20 सेमी- 50 सेमी

ड) 100 सेमी-150 सेमी

प्रश्न 96. MSP हे ____________ साठी वापरले जाणारे संक्षेप आहे.

अ) मातीचे मुख्य पाइप

ब) मिनी माती पाईप

क) मेगा सॉईल पाईप

ड) मुख्य माती पाईप

प्रश्न 97. खालीलपैकी कोणता सापळ्याचा इष्ट गुणधर्म नाही?

अ) साफसफाईची गुंतागुंत

ब) गुळगुळीत अंतर्गत पृष्ठभाग

क) स्वत: ची स्वच्छता

ड) ड्रेनसह निराकरण करणे सोपे आहे

प्र 98. शरीराची उष्णता क्षमता __________ मध्ये व्यक्त केली जाते.

अ) ज्युल्स प्रति केल्विन

ब) ज्युल केल्विन

क) ज्युल्स प्रति सेकंद

ड) ज्युल्स प्रति किलोग्रॅम

प्र 99. गरम पाणी असलेल्या काचेचा बाहय पृष्ठभाग देखील गरम असतो. हे ____________ मुळे आहे.

अ) वहन

ब) संवहन

सी) रेडिएशन

डी) फैलाव

प्रश्न 100. खालीलपैकी कोणता पाईप जल मंडळाकडून तुमच्या घराला मुख्य पुरवठा जोडतो?

अ) सेवा पाईप

ब) कम्युनिकेशन पाईप

क) पुरवठा पाईप

ड) सक्शन पाईप

प्र 101. सेंट्रल हीटिंग सिस्टममध्ये, डायव्हर्टर वाल्व ________________.

अ) बॉयलरमधून वाहणारे गरम पाणी रेडिएटरवर स्विच करते

ब) गरम पाण्याची टाकी गरम करते

C) जेव्हा उष्णता आवश्यक असेल तेव्हा बॉयलर चालू करते

डी) प्रोग्राम केलेली निवड प्रदान करते

प्रश्न 102. सील न केलेल्या रोडवेजमध्ये, पाईप टाकण्यासाठी किमान खंदक खोली __________ असावी.

अ) 750 मिमी

ब) 1000 मिमी

क) 450 मिमी

ड) 300 मिमी

प्रश्न 103. जिथे सीवर लाईन रस्ता किंवा नाला ओलांडते तिथे ती __________ मधून गेली पाहिजे.

अ) आरसीसी पाईप

ब) ॲल्युमिनियम पाईप

क) पीव्हीसी पाईप

ड) जीआय पाईप

प्रश्न 104. दिलेले चित्र ____________ मूत्रमार्ग दाखवते.

अ) कुंड

ब) मजला आरोहित

क) बादली

ड) पी-ट्रॅपसह भिंतीवर टांगलेली

प्रश्न 105. पाणी उपचार पद्धती ज्यामध्ये घनदाट आक्षेपार्ह घटक सहजपणे वेगळे करण्यासाठी बेसिनच्या तळाशी स्थिर होतात, _________ आहे.

अ). गाळण

ब). अवसादन

सी). ताणणे
डी). सेटिंग

Level 2 Answer Key

Question No.	Option
1	B
2	C
3	D
4	B
5	B
6	C
7	B
8	D
9	B
10	A
11	C
12	C
13	B
14	D
15	D
16	D
17	C
18	D
19	B
20	D
21	C
22	C
23	B

Question No.	Option
44	C
45	D
46	C
47	B
48	B
49	D
50	C
51	A
52	C
53	B
54	D
55	D
56	C
57	D
58	B
59	B
60	B
61	A
62	C
63	B
64	A
65	A
66	C

Question No.	Option
87	A
88	A
89	A
90	A
91	A
92	A
93	A
94	A
95	A
96	A
97	A
98	A
99	A
100	A
101	A
102	A
103	A
104	A
105	B

24	A
25	C
26	C
27	A
28	D
29	A
30	A
31	D
32	C
33	C
34	A
35	A
36	C
37	A
38	B
39	D
40	C
41	B
42	B
43	A

67	A
68	A
69	A
70	A
71	A
72	A
73	A
74	A
75	A
76	A
77	A
78	A
79	A
80	A
81	A
82	A
83	A
84	A
85	A
86	A

www.ingramcontent.com/pod-product-compliance
Ingram Content Group UK Ltd.
Pitfield, Milton Keynes, MK11 3LW, UK
UKHW021920190726
13853UKWH00002B/766